കായംകുളം കൊച്ചുണ്ണി

സുധർമ്മ രഘുനാഥ്

ആലപ്പുഴ ജില്ലയിൽ വള്ളികുന്നം പടിഞ്ഞാറേത്തയ്യിൽ കെ. നാണുവിന്റെയും ലക്ഷ്മിക്കുട്ടിയമ്മയുടെയും മകളായി ജനനം. വിദ്യാഭ്യാസമേഖലയിൽ പ്രവർത്തിക്കുന്നു. ഇപ്പോൾ, കായംകുളം ബി.ആർ.സി.യിൽ സ്പെഷ്യൽ എഡ്യുക്കേറ്റർ. 'സ്വാതന്ത്ര്യസമരത്തിലെ വനിതാരത്നങ്ങൾ', 'മാഡം ക്യൂറി', 'ഹെലൻകെല്ലർ' എന്നീ പുസ്തകങ്ങൾ പ്രസിദ്ധീകരിച്ചിട്ടുണ്ട്.

ഭർത്താവ്: വി. രഘുനാഥ്
മകൾ: ഭാഗ്യലക്ഷ്മി നാഥ്

വിലാസം:
തലയാറ്റ് കിഴക്കേച്ചിറയിൽ,
പട്ടോളി മാർക്കറ്റ് പി.ഒ, കായംകുളം 690531

സുധർമ്മ രഘുനാഥ്

കായംകുളം കൊച്ചുണ്ണി

ബാലസാഹിത്യം

FEMINGO BOOKS
2023

വില: 120 രൂപ

Kayamkulam Kochunni
By Sudharma Raghunath
Malayalam

Published by:-
FEMINGO BOOKS
femingobooks@gmail.com
Ph: 90740 98776, 8301034604

Cover Design:
Rajesh Chalode
Illustration:
N.G. Sureshkumar

Printed in India
at Max

Edition:
April 2023

Price: Rs. 120

ISBN: 978-93-91085-33-9

പ്രസാധകക്കുറിപ്പ്

കഷ്ടപ്പെടുന്നവന്റെയും വിശക്കുന്നവന്റെയും വേദന അനുഭവിക്കുന്നവർക്കേ അറിയൂ. അത്തരത്തിലൊരു ജീവിതമായിരുന്നു മോഷ്ടാവ് എന്നു ധനികലോകം മുദ്രകുത്തിയ റോബിൻ ഹുഡിന്റെ പരിവേഷമുള്ള കായംകുളം കൊച്ചുണ്ണിയുടേത്. എന്നാൽ ഉള്ളവന്റെ കൈയിൽ നിന്നും പിടിച്ചെടുത്ത് ഇല്ലാത്തവന് കൊടുക്കുന്ന നല്ല മനസ്സിന്റെ ഉടമയായിരുന്നു അയാളെന്നു കാലം തിരുത്തിയെഴുതി. തിരുവനന്തപുരം പേട്ട ജുമാ മസ്ജിദിലാണ് കൊച്ചുണ്ണിയെ കബറടക്കിയതെന്ന് പറയപ്പെടുന്നു. കൊച്ചുണ്ണിയെ സംബന്ധിച്ച നിരവധി കഥകളുണ്ട്. അതുമാത്രമല്ല ആരാധന പോലും നടത്തപ്പെടുന്ന വിധത്തിൽ കൊച്ചുണ്ണി മാറിയെന്നത് വിരോധാഭാസം. പത്തനംതിട്ട ജില്ലയിൽ കോഴഞ്ചേരിക്ക് അടുത്തുള്ള ഏടപ്പാറ മലദേവർ നട ക്ഷേത്രത്തിലെ പ്രതിഷ്ഠകളിലൊന്ന് മുസ്ലിം മതവിശ്വാസിയായിരുന്ന കൊച്ചുണ്ണിയുടേതാണ്. ധനികർ, പാവപ്പെട്ട പണിക്കാരെ പട്ടിണിക്കിട്ടുകൊണ്ട് സ്വരുക്കൂട്ടിയ ധനമാണ് കൊച്ചുണ്ണി കവർന്നിരുന്നത്. യഥാർത്ഥത്തിൽ കൊച്ചുണ്ണിയുടെ കൈകളിലൂടെ അത് യഥാർത്ഥ ഉടമസ്ഥരിൽ എത്തുകയായിരുന്നു. കൊള്ളമുതൽകൊണ്ട് പ്രമാണിയാകാനും കൊച്ചുണ്ണി ശ്രമിച്ചില്ല. എത്ര വലിയ കളവുമുതലും ഇല്ലാത്തവർക്കു വീതിച്ചുനൽകാൻ കൊച്ചുണ്ണി നിർബ്ബന്ധം പിടിച്ചു. അതു തന്നെയാണ് കൊച്ചുണ്ണിക്കു ശത്രുക്കളെ സൃഷ്ടിച്ചതും, സുഹൃത്തുക്കൾപോലും ചതിക്കാൻ കൂട്ടുനിന്നതിനും കാരണം. ഈ ബാലകൃതിക്ക് ആധാരം കൊച്ചുണ്ണിയുടെ ഈ നന്മനസ്സാണ്.

സ്വീകരിക്കുക.

ദുർഗ മനോജ്

1

കായംകുളം കൊച്ചുണ്ണിയുടെ കഥ

'എനിക്ക് കള്ളന്റെ കഥ വേണം അച്ഛമ്മേ...'

കുഞ്ഞാറ്റ അന്ന് പതിവിലും നേരത്തേ വീട്ടിലെത്തി.

തുലാമഴക്കോള് മാനത്തു കണ്ടപ്പോൾ ഹെഡ്മാസ്റ്റർ അല്പം നേരത്തേ ബെല്ലടിക്കാൻ ബിൻസിടീച്ചറോടാണ് പറഞ്ഞത്. അതു നന്നായി എന്ന് കുഞ്ഞാറ്റയ്ക്ക് തോന്നിയത് വീടിന്റെ മുറ്റത്ത് എത്തിയപ്പോഴാണ്.

മൂടിക്കെട്ടിയ മാനത്തു നിന്നും ഒരു വലിയ മഴത്തുള്ളി നേരെ വീണത് കുഞ്ഞാറ്റക്കുഞ്ഞിന്റെ നെറ്റിയിൽത്തന്നെ. േ

വഗം അവൾ വീടിന്റെ തിണ്ണയിലേക്ക് ഓടിക്കയറി.

അപ്പോഴേക്കും മഴ തുടങ്ങി.

'അച്ഛമ്മേ ഞാനെത്തീ...'

കുഞ്ഞാറ്റ ഓടിച്ചെന്ന് അകത്തെ മുറിയിലെ കട്ടിലിൽ കിടക്കുന്ന അവളുടെ അച്ഛമ്മയെ കെട്ടിപ്പിടിച്ചു.

'അച്ഛമ്മേടെ സുന്ദരി ഇന്നു നേരത്തേ എത്തിയോ? വേഗം പോയി മേലുകഴുകി വാ. അമ്മയിന്ന് ഒരു സംഗതി ഉണ്ടാക്കുന്നുണ്ട്.' അച്ഛമ്മ പറഞ്ഞു.

കുഞ്ഞാറ്റ മൂന്നാം ക്ലാസ്സുകാരിയാണ്.

നല്ല ബുദ്ധിയുള്ള, ശ്രദ്ധയുള്ള മിടുക്കിക്കുട്ടി.

അവൾ മൂക്കുതുറന്ന് അടുക്കളയിൽ നിന്നുള്ള ഗന്ധം വലിച്ചെടുത്തു.

ഹായ്, നല്ല ചക്കേപ്പത്തിന്റെ മണം!

ശരിയാണല്ലോ, അതെന്താ എനിക്ക് ആദ്യം മനസ്സിലാകാതിരുന്നത്?

തണുപ്പും മടിയും ഒക്കെ മാറ്റിവച്ച്, വേഗം മേലുകഴുകി അമ്മ

എടുത്തുവച്ച, പോക്കറ്റുള്ള ഫ്രോക്കുമിട്ടു അവൾ അടുക്കളയിലേക്കു ചെന്നു.

അപ്പുറത്തെ വീട്ടിലെ ആന്റിയും ഉണ്ട്. ആന്റീടെ അനിയൻ ദുബായിൽ പോകുന്നുണ്ട്, അപ്പോൾ മാമനു കൊടുത്തയക്കാനാവും ഇത്രയും അപ്പം ചുടുന്നത്, അവളോർത്തു.

'കുഞ്ഞാറ്റ എത്തിപ്പോയല്ലോ, എന്താടോ ചക്കേപ്പത്തിന്റെ മണം സ്ക്കൂളുവരെ എത്തിയോ? വേഗം എത്തിയല്ലോ ആള്?'

അമ്മയാണ്

'ഓ പിന്നേ...'

കുഞ്ഞാറ്റ മുഖം കോട്ടി.

അതുകണ്ട്, അമ്മ ചിരിച്ചുകൊണ്ട് ഒരു പ്ലേറ്റിൽ അപ്പം ചെറുകഷണങ്ങളാക്കി മുറിച്ചുവച്ചത് അവൾക്കുനേരെ നീട്ടി.

'ചൂടോടെ വായിലിട്ടു പൊള്ളേണ്ട എന്നുകരുതി ചെറുതാക്കി വച്ചതാ. മോളതും കഴിച്ച്, ചായയും കുടിച്ച് അച്ഛമ്മയുടെ അടുത്ത് ചെന്നിരിക്ക്. അച്ഛമ്മ കഥ പറഞ്ഞുതരും.'

ഒരു വാശിയും ബഹളവുമൊക്കെ വേണമെങ്കിൽ നടത്താം, പക്ഷേ, അതു വേണ്ടെന്നുവച്ച് അമ്മ പാകത്തിന് ആറ്റിവച്ച ചായയും കുടിച്ച്, അപ്പക്കഷണം വച്ച പ്ലേറ്റുമെടുത്ത് അവൾ നേരെ അച്ഛമ്മയുടെ അടുത്തെത്തി.

'അച്ഛമ്മേ കഥ.'

ഒരു കഷണം അപ്പമെടുത്തു വായിലിട്ട് പുറത്തെ മഴയിലേക്ക് നോക്കിയിരുന്ന് അച്ഛമ്മ ചോദിച്ചു, കുഞ്ഞാറ്റക്കുഞ്ഞിന് എന്തു കഥയാ വേണ്ടത്?

മൗഗ്ലിയുടെ, സിൻഡ്രല രാജകുമാരിയുടെ...

ഏതു കഥയാ വേണ്ടത്?'

കുഞ്ഞാറ്റ വെറുതേയൊന്ന് ആലോചിച്ചു.

എന്നിട്ടുപറഞ്ഞു, 'എനിക്ക് ഒരു കള്ളന്റെ കഥ മതി. ഒരു നന്മയുള്ള കള്ളന്റെ കഥ.'

അങ്ങനെ പറയാൻ ഒരു കാര്യമുണ്ടായിരുന്നു, അച്ഛന്റെ കൂട്ടുകാരൻ വിജയനങ്കിൾ കഴിഞ്ഞദിവസം പറഞ്ഞത് അവൾ ഓർത്തുവച്ചിരുന്നു.

എവിടെയോ നടന്ന മോഷണത്തിന്റെ കാര്യം പറഞ്ഞ വിജയനങ്കിൾ ഒടുവിൽ പറഞ്ഞത് 'എല്ലാം കായംകുളം കൊച്ചുണ്ണിമാരാണ്' എന്നാണ്.

അപ്പോഴാണ് കുഞ്ഞാറ്റ ആ പേര് ആദ്യമായി കേൾക്കുന്നതും.

പക്ഷേ, പേരിനേക്കാൾ അച്ഛൻ പറഞ്ഞ മറുപടിയാണ് അവൾക്ക് കൂടുതൽ ഇഷ്ടപ്പെട്ടത്.

'അങ്ങനെ പറയാതെ വിജയാ, കായംകുളം കൊച്ചുണ്ണിയുമായി ഈ കാട്ടുകള്ളന്മാരെ ഉപമിക്കാതെ. അയാൾ നല്ലവനല്ലായിരുന്നോ? ഇതൊക്കെ കാട്ടുകള്ളന്മാരല്ലേ?'

അപ്പറഞ്ഞത് വിജയനങ്കിൾ തലകുലുക്കി സമ്മതിച്ചതും അവൾ കണ്ടു.

അപ്പോൾ തുടങ്ങിയ ആഗ്രഹമാണ് കായംകുളം കൊച്ചുണ്ണിയെക്കുറിച്ച് അറിയണം എന്നത്.

അതാണിപ്പോൾ അച്ഛമ്മയോടു പറഞ്ഞതും.

'അല്ല, ചക്കരക്കുട്ടീ, നിനക്ക് ഏതെങ്കിലും കള്ളന്റെ കഥ പോരെ? ദാ നമ്മുടെ തെക്കേപറമ്പിലെ തേങ്ങ കട്ടിരുന്ന ഒരു കള്ളനുണ്ട് അവന്റെ കഥ പോരെ?'

'വേണ്ട വേണ്ട, എനിക്ക് കായംകുളം കൊച്ചുണ്ണിയുടെ കഥ മതി. അച്ഛൻ ഇന്നലെ പറയുന്നതു ഞാൻ കേട്ടല്ലോ, കായംകുളം കൊച്ചുണ്ണീന്നും പറഞ്ഞ് ഒരു നല്ല കള്ളൻ ഉണ്ടെന്ന്. അതു മതി, ആക്കഥ മതി എനിക്ക്.'

'അമ്പടീ, അപ്പോ നീ പഠിക്കുന്നൂന്നും പറഞ്ഞ് വലിയവരു പറയുന്നത് കേൾക്കുകയാണ് അല്ലേ?'

'അച്ഛമ്മ പറയ്, കൊച്ചുണ്ണീടെ കഥ പറയ്.'

'ശരി ശരി, കായംകുളം കൊച്ചുണ്ണിയുടേയും ഇത്തിക്കരപ്പക്കിയുടേയുമൊക്കെ കഥ പറഞ്ഞു തരാം.'

അങ്ങനെ അച്ഛമ്മ കഥ പറഞ്ഞു തുടങ്ങി.

ശ്രദ്ധയോടെ കഥ കേട്ടുകൊണ്ട് കുഞ്ഞാറ്റയും അടുത്തിരുന്നു.

പണ്ടുപണ്ട് നടന്ന കഥയാണ് കേട്ടോ.

അന്ന് ഇന്ത്യ എന്ന രാജ്യമൊന്നും ഉണ്ടായിട്ടില്ല.

കേരളവും ഇല്ല. അന്നൊക്കെ നാട്ടുരാജ്യങ്ങളാണ്.

അവിടുത്തെ നാടുവാഴികളാണ് ആ പ്രദേശം ഭരിക്കുക.

ഇന്നത്തെപ്പോലെ പോലീസും കോടതിയും ഒന്നുമില്ല.

രാജാവും കുറച്ച് അനുചരന്മാരും നികുതിപിരിവുകാരും പട്ടാളക്കാരും ഒക്കെച്ചേർന്നാണ് ഭരണം നിർവ്വഹിക്കുക.

തിരുവിതാംകൂറ്, കൊച്ചി രാജ്യം, കോലത്തുനാട്, ചിറയ്ക്കൽ രാജ്യം, സാമൂതിരിനാടായ നെടിയിരിപ്പ് സ്വരൂപം, അങ്ങനെ കുറേ നാട്ടുരാജ്യങ്ങൾ ഈ കൊച്ചു കേരളത്തിൽ പോലും ഉണ്ടായിരുന്നു.

കായംകുളം കൊച്ചുണ്ണി

അതിൽ, തിരുവിതാംകൂർ രാജ്യത്തെ കാർത്തികപ്പള്ളി താലൂക്കിൽ കീരിക്കാട്ട് എന്ന പ്രദേശത്തെ കൊറ്റുകുളങ്ങരയിലാണ് പത്തൊമ്പതാം നൂറ്റാണ്ടിൽ, നീ പറയുന്ന കായംകുളം കൊച്ചുണ്ണിയെന്ന കള്ളൻ ജനിച്ചതും ജീവിച്ചതും.'

അച്ഛമ്മ കഥ പറയുമ്പോൾ ഇങ്ങനെയാണ്.

എല്ലാം വിശദമായി പറയണം.

അതിനൊരു ന്യായവുമുണ്ട് അച്ഛമ്മയ്ക്ക്, കഥയെന്നുകരുതി എന്തു മണ്ടത്തരവും ഇന്നത്തെ കുട്ടികളോടു പറയരുത് എന്ന്!

കുഞ്ഞാറ്റയോടു കഥ പറയാൻ വേണ്ടി അച്ഛമ്മ ധാരാളം പുസ്തകങ്ങൾ വാങ്ങുകയും വായിക്കുകയും ചെയ്തിരുന്നു.

കൊച്ചുണ്ണിക്കഥ കേൾക്കാനുള്ള കുഞ്ഞാറ്റയുടെ താത്പര്യം കണ്ട്, അച്ഛമ്മ കഥ പറച്ചിൽ തുടർന്നു.

'കായംകുളം കൊച്ചുണ്ണി ഒരു കള്ളനെന്നാണ് എല്ലാവരും പറയുക. പക്ഷേ, കൊച്ചുണ്ണിയുടെ കഥ മുഴുവൻ കേട്ടാൽ ആരും തല കുലുക്കി സമ്മതിച്ചുപോകും, അല്ല, കൊച്ചുണ്ണി ഒരു വെറും കള്ളനല്ല, നന്മ നിറഞ്ഞ, മനുഷ്യത്വമുള്ള ഒരാൾ ആയിരുന്നു.

അക്കാലത്ത് പട്ടിണിയും പരിവട്ടവും ഇല്ലാത്ത ജനങ്ങൾ ഇല്ലെന്നുതന്നെ പറയാം.

കൃഷി ചെയ്താലും കിട്ടുന്നതിൽ നിന്നും കരം കൊടുത്തുകഴിഞ്ഞു ബാക്കിയുള്ളതു കൊണ്ടുവേണം വലിയ കൃഷിക്കാരുടെ വീടുകളിൽപ്പോലും ജീവിതം മുന്നോട്ട് കൊണ്ടുപോകാൻ.

അപ്പോൾപ്പിന്നെ അതല്ലാത്തവരുടെ കാര്യമോ?

തീർന്നില്ല, അയിത്തമെന്നൊക്കെപ്പറഞ്ഞ് മനുഷ്യർ തമ്മിൽ കാണുന്നതിനുപോലും വിലക്കുകൾ ഉള്ള കാലമാണെന്ന് ഓർക്കണം. പെണ്ണുങ്ങളുടേയും കൊച്ചുങ്ങളുടേയും കാര്യം വലിയ കഷ്ടമാണ്.

ഇന്നത്തെപ്പോലെ അരിയും ഗോതമ്പുമൊന്നും അത്ര എളുപ്പത്തിൽ കിട്ടില്ല എന്ന ഓർമ വേണം.

വയറുനിറച്ച് ആഹാരം കഴിക്കുന്നത് വല്ലപ്പോഴും ഒരിക്കലാവും.

അങ്ങനെ ദുരിതങ്ങൾ മാത്രമുള്ള ഒരു വീട്ടിലാണ് നമ്മുടെ കൊച്ചുണ്ണി ജനിക്കുന്നത്.

അതിനെ വീടെന്നും പറയാൻ പറ്റില്ല.

ഇന്നത്തെപ്പോലെ കോൺക്രീറ്റ് കെട്ടിടങ്ങളില്ല.

മണ്ണും, മരവും, ഓടും ഒക്കെ വച്ചാണ് വലിയ വലിയ വീടുകൾ ഉണ്ടാക്കിയിരുന്നതെങ്കിൽ, മണ്ണു കുഴച്ചും ഓലമെടഞ്ഞ് അതു

കുത്തി നിർത്തിയും ഓലയും പുല്ലും ഒക്കെ ഉപയോഗിച്ചു മേഞ്ഞും ഒക്കെയാണ് പാവങ്ങൾ വീടുണ്ടാക്കുക.

അപ്പോൾ പാവങ്ങളുടെ വീടുകളിൽ മഴ പെയ്താൽ വെള്ളം വീഴുന്നതു പുരയ്ക്കകത്ത് എന്നതാവും സ്ഥിതി.

ഒന്ന് ഓർത്തു നോക്കിയേ, പുറത്ത് പെയ്യുന്ന മഴയിൽ ഇറങ്ങി നിന്നാലുള്ള അവസ്ഥ!

പാവങ്ങൾ നനഞ്ഞു വിറയ്ക്കും അല്ലേ?

അങ്ങനെയുള്ള ഒരു കൊച്ചുകൂര ആയിരുന്നു കൊച്ചുണ്ണിയുടേതും. അക്കാലത്ത്, കൃഷി ചെയ്യാൻ വസ്തു ഉള്ളവർ, അവിടെ കൃഷിപ്പണി ചെയ്യുന്നവർ, കുലത്തൊഴിൽ ചെയ്യുന്നവർ എന്ന മൂന്നു വിഭാഗങ്ങളിൽപ്പെടാതെയും ചില മനുഷ്യർ ജീവിച്ചിരുന്നു.

അവരിൽ ചിലരൊക്കെ മോഷണവും പിടിച്ചുപറിയും ഒക്കെ ഉപജീവനമാർഗമാക്കും.

കൊച്ചുണ്ണിയുടെ ബാപ്പയും ജീവിക്കാൻ നിവർത്തിയില്ലാതെ വരുമ്പോൾ മോഷണം നടത്തും.

ചിലപ്പോൾ വല്ലതും കിട്ടും, ചിലപ്പോൾ നാട്ടുകാർ പിടികൂടി ക്രൂരമായി ഉപദ്രവിക്കും.

അങ്ങനെ കള്ളന്റെ മകനെന്ന ദുഷ്പ്പേര് കൊച്ചുണ്ണിക്ക് ജനിച്ചപ്പോൾ തന്നെ കിട്ടി. അന്നന്നു മോഷ്ടിക്കുന്നതുകൊണ്ട് ജീവിച്ചു പോകുന്ന വീട്ടിൽ ജനിച്ചാൽ പിന്നെ അങ്ങനെ വിളിക്കരുത് എന്നു പറയാൻ പറ്റില്ലല്ലോ.

ഒരു രാത്രി മോഷ്ടിച്ച് ഒന്നും കൊണ്ടുവരാൻ കഴിഞ്ഞില്ലെങ്കിൽ അന്നേദിവസവും പിറ്റേന്ന് രാത്രി വരേയും പട്ടിണി മാത്രമാവും കൂട്ട്. അങ്ങനെയുള്ള ഒരു കുടുംബത്തിൽ നിന്നും ഒരാളെങ്കിലും പുറംലോകത്തേക്കു രക്ഷപ്പെട്ടാൽ അത്രയും ആശ്വാസം എന്നു പറയേണ്ടി വരും.

അങ്ങനെ പത്തുവയസ്സായതോടെ വിശപ്പ് സഹിക്കാതെ കൊച്ചുണ്ണി വീടുവിട്ടിറങ്ങി.

അതിനും കാരണം ഉണ്ടായി.

അവന്റെ ബാപ്പ ഒരു കളവിനിടയിൽ പിടിക്കപ്പെട്ടു.

ആ മനുഷ്യനെ ഉടുതുണി അഴിച്ചു കളഞ്ഞ് തല്ലിച്ചതച്ച് കെട്ടിയിട്ടതു കൊച്ചുണ്ണിക്കു കണ്ടു നിൽക്കേണ്ടി വന്നു.

ഒപ്പം കടുത്ത പട്ടിണിയും.

വിശപ്പ് എത്ര ദിവസം വെള്ളം കുടിച്ച് സഹിക്കും?

ഒടുവിൽ കൊച്ചുണ്ണിയുടെ അമ്മതന്നെ മകനോട് എവിടെയെ

ങ്കിലും പോയി രക്ഷപ്പെടു മോനെ എന്നു പറയുകയായിരുന്നു.'

അച്ഛമ്മ അങ്ങനെ പറഞ്ഞു നിർത്തിയപ്പോൾ കുഞ്ഞാറ്റയ്ക്ക് ജിജ്ഞാസ അടക്കാനായില്ല, അവൾ ചോദിച്ചു,

'അച്ഛമ്മേ, ഇന്നാള് അച്ഛൻ പറഞ്ഞില്ലേ, രണ്ടു കുട്ടികൾ വീടുവിട്ട് ഇറങ്ങിപ്പോയി, രാത്രി പോലീസ് അവരെ രക്ഷിച്ചു തിരിച്ചു വീട്ടിൽ കൊണ്ടുചെന്നാക്കിയെന്ന്, അതുപോലെ ആരും കൊച്ചുണ്ണിയെ കണ്ടുപിടിച്ചില്ലേ?'

'എന്റെ കുഞ്ഞാറ്റക്കുഞ്ഞേ, അന്ന് കൊച്ചുണ്ണിയുടെ കാലത്ത് വിശപ്പുകൊണ്ട് ഗതികെട്ടിട്ട്, വല്ലതും കഴിച്ചില്ലെങ്കിൽ ചത്തുപോകും എന്ന അവസ്ഥയിലാണ് ഇറങ്ങിപ്പോകുന്നത്. അല്ലാതെ, വീട്ടുകാരെ പേടിപ്പിക്കാൻ വികൃതികാട്ടി വീടുവിട്ടുപോകുന്നതു പോലാണോ?'

അച്ഛമ്മയ്ക്കു ലേശം ശുണ്ഠി തോന്നി.

പിന്നെ അച്ഛമ്മക്ക് കാര്യം പിടികിട്ടി, പട്ടിണി എന്താണെന്ന് കുഞ്ഞാറ്റയ്ക്ക് അറിയില്ല.

വിശപ്പ് തോന്നുന്നതിനു മുന്നേതന്നെ ഭക്ഷണം മുന്നിലെത്തുമ്പോൾ പട്ടിണിയെന്നൊക്കെ പറഞ്ഞാൽ കുഞ്ഞിനു വല്ലതും മനസ്സിലാകുമോ?

ഒടുവിൽ അച്ഛമ്മ ഒരു വിദ്യകണ്ടെത്തി, അവർ ചോദിച്ചു,

'കുഞ്ഞാറ്റ വൈകിട്ടു സ്ക്കൂളിൽ നിന്നും വന്നപ്പോ എന്താ ഓർത്തത്?'

'ചായ കുടിക്കണം, പിന്നെ ഡബ്ബയിൽ അച്ഛൻ ഇന്നലെ കൊണ്ടുവന്ന ചോക്കലേറ്റ് ബിസ്ക്കറ്റ് ഉണ്ടല്ലോ, അതു തിന്നണം എന്ന്.'

'അതെ, അതന്നെ, അങ്ങനെ വൈകിട്ട് സ്ക്കൂളിൽ നിന്നും വരുമ്പോൾ കുഞ്ഞാറ്റയ്ക്ക് ഒന്നും തിന്നാൻ തന്നില്ലെങ്കിലോ?'

'അപ്പോ വിശക്കുലേ എനിക്ക് അച്ഛമ്മേ?'

'അതെ, അങ്ങനെ രാത്രിയും ഒന്നും കിട്ടാതെ വന്നാലോ? അതിന്റെ പിറ്റേന്നും കിട്ടിയില്ലെങ്കിൽ?'

അച്ഛമ്മ പറഞ്ഞതിന്റെ ഗൗരവം കുഞ്ഞാറ്റക്ക് ഏതാണ്ട് പിടികിട്ടി.

'പാവം കൊച്ചുണ്ണി അല്ലേ? അവൻ എന്നിട്ട് എന്തു ചെയ്തു?'

അച്ഛമ്മ കഥ തുടർന്നു.

'വീടുവിട്ടിറങ്ങിയ അവൻ ആ നാട്ടിൽ നിൽക്കാൻ കൂട്ടാക്കിയില്ല. കാരണം ആരു കണ്ടാലും അവനെ ഓടിച്ചുവിടും, കള്ളന്റെ

മോനെന്നു പറഞ്ഞ്.

പാവം, വെറും പത്തുവയസ്സുള്ള പട്ടിണിക്കോലം എന്തു ചെയ്യും? അവൻ ഓടിയും നടന്നും ഇഴഞ്ഞും ഒരുവിധത്തിൽ ഏവൂർ എന്ന നാട്ടിലെത്തി.

അവിടെ ഒരു ബ്രാഹ്മണന്റെ വീട്ടുപടിക്കൽ അവനെത്തി.

മോള് ഓർക്കണം, പഴയ കാലമാണ്.

അന്ന് മനുഷ്യരെ പല തട്ടുകളായി തിരിച്ചിരുന്നു.

അവരിൽ ബ്രാഹ്മണർ, പിന്നെ ജന്മികൾ അതു കഴിഞ്ഞാൽ താഴേത്തട്ടിൽ പലരുടേയും ജീവിതം മൃഗങ്ങളുടേതിനു തുല്യമായിരുന്നു. അവർക്ക് ഒരു പരിഗണനയും കൊടുത്തിരുന്നുമില്ല.

അസുഖമൊക്കെ വന്നാൽ നാട്ടുവൈദ്യവും ഒറ്റമൂലികളും ശരണം. പലരും ബാല്യം കടക്കില്ല.

മുതിർന്നാലും പ്രായം ചെല്ലുംമുൻപ് പട്ടിണിയും രോഗവും അവരെ ഇല്ലാതാക്കും.

അങ്ങനെ അകറ്റി നിർത്തപ്പെട്ടവരിൽപ്പെടും കൊച്ചുണ്ണിയും കുടുംബവുമൊക്കെ.

അങ്ങനെയുള്ള കൊച്ചുണ്ണിയാണ് ബ്രാഹ്മണഗൃഹത്തിന്റെ പടിക്കൽ തളർന്നു നിൽക്കുന്നത്.

എന്തോ, ഏതോ, ഏവൂർ മനയിൽ കൊച്ചുണ്ണി കണ്ടത് ഒരു മനുഷ്യനെ ആയിരുന്നു!

അദ്ദേഹത്തിന് ആ കുഞ്ഞിനോടൊരു വാൽസല്യം തോന്നി. 'ആദ്യം വിശപ്പു മാറ്റാൻ വേണ്ടത് ചെയ്യുക', അദ്ദേഹം സേവകരോട് ഏർപ്പാടാക്കി. അവർ അരി വാർത്ത കഞ്ഞിവെള്ളത്തിൽ കുറച്ചു വറ്റും ഉപ്പുമിട്ട് അവനു നൽകി.'

'കുഞ്ഞാറ്റക്ക് ഊഹിക്കാമോ ആ കഞ്ഞിയുടെ ഒരു രുചി?'

കുഞ്ഞാറ്റ കണ്ണു മിഴിച്ച് അച്ചമ്മയെ നോക്കിയിരുന്നു.

അച്ചമ്മ തന്റെ കൈവിരലുകളിലെ തഴമ്പുകളിലൂടെ കൈയോടിച്ചു. എൺപതിനോടടുത്ത വാർദ്ധക്യം അച്ചമ്മയുടെ ഓർമയെ അല്പവും തളർത്തിയിരുന്നില്ല.

പാടത്തു കൊയ്തും, മെതിച്ചും, പശുവിനു പുല്ലരിഞ്ഞും ഒക്കെ ക്കടന്നുപോയ ആ പഴയ കാലം അച്ചമ്മയുടെ ഓർമയിൽ അപ്പോഴും വളരെ കൃത്യമായി ജ്വലിച്ചു നിന്നിരുന്നു.

അവർ കുഞ്ഞാറ്റയെ ചേർത്തു പിടിച്ചു, എന്നിട്ട് പറഞ്ഞു 'ആറ്റക്കുഞ്ഞേ, രണ്ടുവറ്റെങ്കിലും വീണുകിട്ടിയ കഞ്ഞിവെള്ളം അച്ചമ്മക്കൊക്കെ ഒരു സ്വപ്നമായിരുന്നു, അന്നു നമ്മുടെ നാടിനു സ്വാത

ന്ത്ര്യം കിട്ടിയിരുന്നു എന്നൊക്കെ കവലയിൽ ചിലർ വന്നു പറഞ്ഞുകേട്ടത് മാത്രമേ എനിക്കറിയൂ, അല്ല നിന്റെ പ്രായത്തിലുള്ള കുട്ടികൾക്ക് എന്ത് സ്വാതന്ത്ര്യം? വയറു നിറയെ കഞ്ഞി കിട്ടിയാൽ അതു സന്തോഷം.

അതിനപ്പുറം ചക്കയും, കപ്പയും വേവിച്ചതും, റേഷൻ കടയിലെ അഴുക്കുനിറഞ്ഞ ഗോതമ്പ് കുതിർത്തരച്ച് ചുട്ടെടുക്കുന്ന ഒരു ദോശയും ഒക്കെ വലിയ കാര്യങ്ങളായിരുന്നു.

അതൊന്നും പറഞ്ഞാ മക്കൾക്ക് മനസ്സിലാവില്ല.' എന്തോ അച്ഛമ്മയുടെ കണ്ണു നിറഞ്ഞു, അതു കണ്ടിട്ടല്ല, പക്ഷേ, കുഞ്ഞാറ്റയുടെ കണ്ണും നിറഞ്ഞിരുന്നു അപ്പോൾ.

'എന്നിട്ടെന്തായി?' അവൾ ചോദിച്ചു.

കണ്ണുതുടച്ച് അച്ഛമ്മ പറഞ്ഞു, 'അതാ മോളുടെ അച്ഛൻ വരാൻ നേരമായി. ഇനി കഥ നാളെ.'

അന്ന് 'ഇനിയും പറയ് അച്ഛമ്മേ' എന്നുപറയാൻ കുഞ്ഞാറ്റക്ക് തോന്നിയില്ല.

ചക്കയപ്പത്തിന്റെ തിരക്കുകൊണ്ടാവും അന്ന് അത്താഴത്തിന് കഞ്ഞിയും ചക്കക്കൂട്ടാനും ആയിരുന്നു അമ്മ ഉണ്ടാക്കിയത്.

അവൾക്ക് ഒട്ടും ഇഷ്ടമല്ല അതുരണ്ടും.

അമ്മയെ അതിശയിപ്പിച്ചുകൊണ്ട് കൊടുത്ത കഞ്ഞി മുഴുവൻ, ഒരു വറ്റുപോലും കളയാതെ കുടിച്ചുകഴിഞ്ഞ് അവൾ അച്ഛമ്മയെ നോക്കി.

അച്ഛമ്മ മെല്ലെ പുഞ്ചിരിച്ചുകൊണ്ട് പറഞ്ഞു.

'മിടുക്കി, അപ്പോ നിനക്ക് കാര്യം മനസ്സിലായി.'

○○

2

കൊച്ചുണ്ണിയുടെ ഏവൂരിലെ ജീവിതം

കുഞ്ഞാറ്റ അല്പം വൈകിയാണ് ഉണർന്നത്.

പതിവുപോലെ ആറുമണിക്ക് അമ്മ വിളിച്ചുണർത്തിയിരുന്നില്ല. സൂര്യന്റെ വെളിച്ചം മുഖത്തടിച്ചപ്പോഴാണ് കുഞ്ഞാറ്റ, ഉണർന്നേക്കാം എന്നു തീരുമാനിച്ചതു തന്നെ.

ഇന്ന് എന്തുപറ്റി അമ്മക്ക്, സാധാരണ കുഞ്ഞാറ്റേ കുഞ്ഞാറ്റേ എന്നു നൂറുവട്ടം വിളിക്കുന്നതാണല്ലോ?

കേട്ടാലും കേട്ടമട്ടു കാട്ടാതെ കുറേനേരംകൂടി കിടന്നിട്ടേ കുഞ്ഞാറ്റ ഉണരൂ. പക്ഷേ, അച്ഛനുണ്ടെങ്കിൽ ഒറ്റ വിളിയിൽ കുഞ്ഞാറ്റ പല്ലുതേപ്പുപോലും തീർത്തു കളയും.

പക്ഷേ, ഇന്ന് എന്തു പറ്റി?

'കുഞ്ഞാറ്റേ ഇന്നു സ്ക്കൂളില്ലാന്ന്. മഴയായോണ്ട് അവധിയാണ്.'

'അതിന് മഴയെവിടെ?'

'രാത്രി എന്ത് മഴയാ ചെയ്തത്? കറണ്ടു പോയതൊന്നും അറിഞ്ഞില്ലേ? പുലർച്ചയാണ് മഴ തോർന്നത്. മണി ഏഴു കഴിഞ്ഞു. വേഗം പല്ലുതേച്ച് എന്തെങ്കിലും എടുത്ത് കഴിക്ക്.'

അച്ഛമ്മയുടെ പിന്നാലെ അവളും ചെന്നു.

അടുക്കളമുറ്റത്ത് അമ്മ നട്ട ആനക്കൊമ്പൻ വെണ്ടയതാ മൂക്കും കുത്തി കിടക്കുന്നു.

വാഴയുടെ നടു ആരോ ഒടിച്ചിട്ട പോലുണ്ട്.

ഇത്രയൊക്കെ സംഭവിച്ചോ രാത്രി!

ഇന്നിനി എന്തുചെയ്യും?

പെട്ടന്നാണ് അവൾ കൊച്ചുണ്ണിയെക്കുറിച്ച് ഓർത്തത്.

ബാക്കി കഥ കേൾക്കണം.

അവൾ വേഗം പല്ലുതേച്ചെന്നു വരുത്തി, അടച്ചുവച്ചിരുന്ന പാലെടുത്ത് കുടിച്ച് അച്ഛമ്മയുടെ മുറിയിലെത്തി.

'അച്ഛമ്മേ ബാക്കിക്കഥ...'

അച്ഛമ്മയും എതിർപ്പൊന്നും പറഞ്ഞില്ല.

കഥ പറഞ്ഞു തുടങ്ങി...

'ഏവൂർ മനയിൽ നിന്നും കിട്ടിയ കഞ്ഞിവെള്ളത്തിൽ ജീവൻ നിലനിർത്തിയ കൊച്ചുണ്ണിയോട് മനയിലെ മൂത്ത നമ്പൂതിരി കനിവോടെ ചോദിച്ചു, 'എന്തെങ്കിലും പണി തന്നാൽ അതൊക്കെ ചെയ്ത് നീ ഈ നാട്ടിലെവിടെയെങ്കിലും കൂടുമോ അതോ ഓടിപ്പോകുമോ? നിനക്ക് തിന്നാനും കുടിക്കാനും ഉടുക്കാനും തലചായ്ക്കാനും ഇടം കിട്ടും.'

അതു കേട്ടപാടെ കൊച്ചുണ്ണി സമ്മതിച്ചു.

അദ്ദേഹം അവനെ ക്ഷേത്രത്തിന്റെ കിഴക്കേനടയിൽ ഉണ്ടായിരുന്ന വലിയവീട്ടിൽപ്പീടിക എന്ന കടയിൽ കൊണ്ടുചെന്നു.

എന്നിട്ടു പറഞ്ഞു, 'ഒരു മുസ്ലീം കൊച്ചനാണ് ഇവൻ. വീട്ടിലെ ദാരിദ്ര്യം സഹിക്കാതെ ഓടിപ്പോന്നതാണ്. അവന് ആഹാരത്തിനു വല്ലതും കൊടുത്താൽ ഇവിടെ നിൽക്കും. പീടികയിൽ ഒരു സഹായവും ആകും.'

പീടികക്കാർ അതു സമ്മതിച്ചു.

അങ്ങനെ കൊച്ചുണ്ണി അവിടെ പാർപ്പുതുടങ്ങി.

സാധനങ്ങൾ വാങ്ങാൻ വരുന്നവർക്ക് അത് എടുത്തുകൊടുക്കലായിരുന്നു അവന്റെ ജോലി. അതുവഴി അവന്റെ ഭക്ഷണവും ഉടുതുണിയും കിടക്കാൻ ഇടവും ഭദ്രമായി.

കാലം കുറച്ചു കടന്നു പോയപ്പോൾ കൊച്ചുണ്ണി ഒരു മിടുക്കൻ കുട്ടിയാണെന്നു കണ്ട് അവനെ കൂടുതൽ കാര്യങ്ങൾ ഏൽപ്പിച്ചു തുടങ്ങി.

അങ്ങനെ കാലക്രമേണ സാധനങ്ങൾ അളന്നു തൂക്കുക തുടങ്ങി ആ പീടികയിലെ സകല കാര്യങ്ങളും കൊച്ചുണ്ണി വളരെ ഭംഗിയായി ചെയ്തുതുടങ്ങി. മുതലാളിക്ക് അവനോട് പ്രത്യേകം വാത്സല്യവും ഉണ്ടായിരുന്നു.'

അത്രയുമായപ്പോൾ കഥ കേട്ടുകൊണ്ടുവന്ന കുഞ്ഞാറ്റയുടെ അച്ചുച്ചേട്ടൻ പറഞ്ഞു, 'അച്ഛമ്മേ ഞാനൊരു കാര്യം തീർത്തുപറയാം, കൊച്ചുണ്ണിക്ക് അന്നത്തെക്കാലത്ത് ആയതുകൊണ്ടാണ് അങ്ങനെ ജോലിചെയ്ത് ജീവിക്കാൻ പറ്റിയത്.

ഇപ്പഴെങ്ങാനുമാണേൽ കളി മാറിയേനേ.

ബാലവേല അല്ലേ അതൊക്കെ.

പഠിക്കേണ്ട പ്രായത്തിൽ പഠിക്കാൻ വിടാതിരുന്നാൽ കുറ്റമാണ്, അല്ലേ?'

'ആണോ അച്ഛമ്മേ? അച്ചുച്ചേട്ടൻ പറഞ്ഞത് ശരിയാണോ?'

'ശരിയാണ് കുഞ്ഞാറ്റേ, ഇന്ന് അങ്ങനെയൊന്നും നടപ്പില്ല. പിന്നെ അന്നത്തെ സാഹചര്യമല്ലല്ലോ ഇന്ന്.

കൊച്ചുണ്ണിയുടെ കാലത്ത് ബ്രിട്ടീഷ് വാഴ്ച അല്ലേ?

പിന്നെ രാജാക്കന്മാരും.

ബ്രിട്ടീഷുകാർക്ക് സാധാരണ മനുഷ്യർ മരിച്ചാലെന്താ ജീവിച്ചാലെന്താ? അവർക്കു കപ്പം കിട്ടണം.

എന്നു വച്ചാ നികുതി കിട്ടണം.

ആ പണംവച്ച് അവർ സുഖിച്ചു ജീവിക്കും.

പാവങ്ങൾ ചത്തുപോകും.

ഓടി നടക്കാൻ പ്രായമാകുമ്പോഴേക്കും കുഞ്ഞുങ്ങളും പണിയെടുക്കുന്ന ഒരു കാലമുണ്ടായിരുന്നു.

അടിമയായ അമ്മയ്ക്കു ജനിക്കുന്ന കുഞ്ഞും ജന്മിയുടെ അടിമ ആയിരുന്ന കാലം.

സ്ക്കൂളും കോടതിയും നിയമവും ഒന്നും അക്കാലത്ത് ഇല്ലെന്ന് ഓർക്കണം. പെൺകുട്ടികൾ വീട്ടുപണികളിൽ സഹായിക്കണം, കൃഷിപ്പണിയിൽ സഹായിക്കണം.

ആൺകുട്ടികൾക്കു ആടുമാടുകളെ മേയ്ക്കാം, കൃഷിപ്പണിയിൽ സഹായിക്കാം.

ഇതിനിടയിൽ എന്തു പഠിക്കാൻ?

ആരു പഠിപ്പിക്കാൻ?

മാത്രമോ അക്കാലത്ത് അങ്ങനെ എല്ലാവർക്കും പഠിക്കാൻ അവകാശവും ഉണ്ടായിരുന്നില്ല എന്ന് ഓർക്കണം. ഇപ്പോൾ സ്വാതന്ത്ര്യം കിട്ടി, ഒരു ഭരണഘടനയും ഉണ്ടായ ശേഷമല്ലേ നമ്മുടെ രാജ്യത്ത് പാവപ്പെട്ടവർക്കും ജീവിക്കാനുള്ള ജീവിക്കാനുള്ള സാഹചര്യമുണ്ടായത്.'

'അച്ഛമ്മ ബാക്കി കഥ പറയ്, എനിക്കും ഇന്ന് കോളേജിൽ പോകണ്ട.'

അച്ചുച്ചേട്ടന്റെ വരവ് കുഞ്ഞാറ്റക്ക് തീരെ ഇഷ്ടപ്പെട്ടില്ല എങ്കിലും കഥ കേൾക്കാനുള്ള ഉത്സാഹത്തിൽ അവൾ ഒന്നും മിണ്ടിയില്ല.

അതോടെ കൊച്ചുണ്ണിയുടെ കഥ കേൾക്കാൻ രണ്ടു പേരായി.

അച്ഛമ്മ കഥ തുടർന്നു, 'അങ്ങനെ മിടുക്കനായി വളർന്നുവന്ന

കായംകുളം കൊച്ചുണ്ണി

കൊച്ചുണ്ണിയേയും കൊണ്ടാണ് ഒരു ദിവസം മുതലാളി ആലപ്പുഴ യ്ക്കു പോയത്.

എന്തിനാ പോകുന്നത്?

ചരക്ക് എടുക്കാനാണ് പോകുന്നതു കേട്ടോ.

അന്നൊക്കെ ഇന്നത്തെപ്പോലെ മുക്കിനു മുക്കിനു കടകളൊന്നു മില്ലെന്ന് ഓർത്തോണം.

അല്ല, കട ഉണ്ടായിട്ടെന്താ വാങ്ങാനും ആളു വേണ്ടേ?

എന്തൊക്കെയാ അന്നത്തെ കച്ചവട സാമഗ്രികൾ എന്നറിയാ മോ?'

'ഞാൻ പറയാം അച്ഛമ്മേ, കയർ, കൊപ്ര, തേങ്ങ, പിന്നെ... ശരി യാ പിന്നെ എന്താവും?' അച്ചു സുല്ലിട്ടു.

അച്ഛമ്മ ചിരിച്ചു.

എന്നിട്ടു പറഞ്ഞു, അക്കാലത്തെ വാണിഭം എന്താന്നു വച്ചാൽ, സുഗന്ധവ്യഞ്ജനങ്ങൾ, അതായത് പ്രധാനമായും കുരുമുളകും മഞ്ഞളും ഇഞ്ചിയും മലനാടുകളിൽ നിന്നും കോട്ടയത്ത് എത്തും, പകരം അവർക്ക് നെല്ലും, എണ്ണയും വറ്റൽമുളകും ഉപ്പും ഒക്കെ ഇടനാട്ടിൽ നിന്നും കൊണ്ടു പോകണം.

അങ്ങനെ നോക്കുമ്പോൾ ആയിരത്തി എണ്ണൂറുകളിലെ സ്ഥിതി യിൽ കായംകുളം ഭാഗത്ത് തേങ്ങയും അനുബന്ധ സാധനങ്ങളും ആകും വിൽക്കാനായി ഉണ്ടാവുക.

അപ്പോൾ കൊപ്ര ഇവിടെ നിന്നും കൊണ്ടുക്കൊടുത്ത ശേഷം വറ്റൽമുളക്, ഉപ്പ്, മഞ്ഞൾ, ശർക്കര, കോറത്തുണി തുടങ്ങിയ സാധനങ്ങൾ ആലപ്പുഴ നിന്നും വരുത്തണം.

അന്ന് ജീവിക്കാൻ ഇത്രയേറെ സാധനങ്ങൾ വേണ്ട.

കൈതയോല നെയ്ത് ഉണ്ടാക്കുന്ന പനമ്പായ മതി കിടന്നുറ ങ്ങാൻ. അത് പ്രാദേശികമായി ഉണ്ടാക്കിക്കിട്ടും.

വീട്ടിലെ സ്ത്രീകൾ ആണ് കുട്ടയും, വട്ടിയും, ചൂലും, പായയും ഒക്കെ ഉണ്ടാക്കുക. പകരം നെല്ലോ, തേങ്ങയോ, ചക്കയോ ഒക്കെ ക്കൊടുത്ത് മറ്റുള്ളവർ അതു വാങ്ങും.

പിന്നെ വേണ്ടത് ചട്ടിയും കലവും ഒക്കെ കുശവന്മാർ ഉണ്ടാക്കു ന്നവയാണ്.

പിന്നെ എന്താ വേണ്ടത്?

കുളിക്കുന്നതും അലക്കുന്നതും കുളത്തിലും പുഴയിലും ഒക്കെ. സോപ്പ് ഒന്നും ഇല്ല, തുണി അലക്കാൻ കാരവും വെണ്ണീറും ഉപ യോഗിച്ചിരുന്നു. ഭ

തച്ചു കുളിക്കാൻ ഇഞ്ചയും, ചകിരിയും, പയറുപൊടിയും ഒക്കെ. ഉടുക്കാൻ ഒറ്റമുണ്ട്. കുട്ടികൾക്ക് തുണി ഉണ്ടാവില്ല, കൂടി യാൽ ഒരു കോണകം.

സ്ത്രീകൾക്ക് മാറു മറയ്ക്കാൻ പാടില്ല.

ആ കഥ പിന്നെപ്പറയാം.

ഏതായാലും കൊച്ചുണ്ണിയുടെ മുതലാളിക്ക്, ആലപ്പുഴയിൽ നിന്നും വള്ളം നിറച്ച് ചരക്ക് കയറ്റി നാട്ടിൽ വിൽക്കണം.

അതിനാണ് യാത്ര.

അങ്ങനെ വള്ളം നിറയെ സാധനങ്ങൾ വാങ്ങിനിറച്ച് അവർ തിരികെ മടങ്ങി.

പക്ഷേ, കുറച്ചുദൂരം കഴിഞ്ഞപ്പോൾ ശക്തമായ കാറ്റും മഴയും. അടിയൊഴുക്കു ശക്തം. വഞ്ചി കാറ്റിൽ ആടിയുലഞ്ഞു തുടങ്ങി.

തുഴക്കാരൻ ആകെ പരിഭ്രമിച്ചു നിലവിളിച്ചു.

ഓളങ്ങൾ കടലിലെ തിരപോലെ വന്ന് വഞ്ചിയിലേക്ക് അടിച്ചു കയറാൻ തുടങ്ങി.

വഞ്ചി മുങ്ങും എന്ന അവസ്ഥ.

തുഴക്കാരൻ പറഞ്ഞു, 'ഇനി പറ്റില്ല. കഴുക്കോൽ ഊന്നിയിട്ടു പറ്റുന്നില്ല. ഇതാ വഞ്ചി ഓളപ്പാത്തിയിൽ പെട്ടിരിക്കുന്നു. ഇനി ദൈ വം രക്ഷിക്കട്ടെ.'

അതോടെ മുതലാളിയും വല്ലാത്ത പരിഭ്രമത്തിലായി.

സാധനങ്ങൾ പോകുന്നതു പോകട്ടെ, പക്ഷേ, ജീവനും പോകു മല്ലോ.

അപ്പോൾ കൊച്ചുണ്ണി പറഞ്ഞു, 'നിങ്ങൾ നിലവിളിക്കാതെയിരു ന്നാൽ ഞാൻ വഞ്ചി കരയ്ക്ക് എത്തിക്കാം. അത്രയും കാലം കൊ ച്ചുണ്ണി വള്ളമൂന്നിയിട്ടില്ല.

എന്നിട്ടാണ് ഈ കാറിനും കോളിനും പേമാരിപ്പെയ്ത്തിനും ഇടയിൽ! ഈശ്വരാ, എന്തുചെയ്യും!

വള്ളക്കാരൻ ചാടി നീന്തി രക്ഷപ്പെടാൻ പറ്റുമോ എന്ന ചിന്തയി ലായി.

മുതലാളിയാകട്ടെ മരിച്ചതു തന്നെ എന്നു തീരുമാനിക്കുകയും ചെയ്തു.

പക്ഷേ, കൊച്ചുണ്ണിയുടെ കൈക്കരുത്തും മനക്കരുത്തും ചേർ ന്നപ്പോൾ സംഗതി ജോർ!

മഴയുടെ ഭീഷണിയും ഓളപ്പാത്തിയിലെ ചുഴിയുമൊക്കെ ഒന്നു വിരണ്ടു എന്നുവേണം മനസ്സിലാക്കാൻ.

വഞ്ചിയുടെ ഗതി തിരികെപ്പിടിച്ചു.

പിന്നെ എല്ലാവർക്കും ആശ്വാസമായി.

ആ കനത്ത മഴയത്ത് ഒരു നുള്ളുപോലും ചരക്ക് നഷ്ടമാകാതെ, ആർക്കും ഒരു പോറലുപോലും പറ്റാതെ, കൊച്ചുണ്ണി എല്ലാവരേയും സുരക്ഷിതമായി കരയ്ക്ക് എത്തിച്ചു.'

സ്വന്തം അനുഭവമല്ലേ പ്രധാനം?

അതോടെ എവിടെപ്പോയാലും തുണയ്ക്കായി കൊച്ചുണ്ണിതന്നെ വേണമെന്നായി മുതലാളിക്ക്.

അപ്പോ ചോദിക്കും കൊച്ചുണ്ണിക്ക് ഇതിനുള്ള പരീശിലനം എവിടെ നിന്ന് കിട്ടിയെന്ന്, അല്ലേ?'

അച്ഛമ്മ രണ്ടു പേരോടും ചോദിച്ചു.

കുഞ്ഞാറ്റ അച്ചുവിന്റെ മുഖത്തേക്ക് നോക്കി.

'വലിയ കോളേജ് കുമാരനല്ലേ? ഒടുക്കത്തെ പത്രാസ്സും ഗമയുമാണ് ചേട്ടന്. എല്ലാം അറിയാമെന്നാ ഭാവം. ന്നാ ഉത്തരം പറ.'

'അറിയില്ല അച്ഛമ്മേ, ചിലപ്പോൾ തീരെ കുഞ്ഞിലേ നല്ല പരിശീലനം കിട്ടിയിട്ടുണ്ടാകും എവിടെ നിന്നെങ്കിലും...'

'പോട മണ്ടാ, ഒരു നേരം തിന്നാൻ പാങ്ങില്ല അപ്പഴാ വള്ളമൂന്നാൻ പരിശീലനം.'

അച്ഛമ്മ പറഞ്ഞതു കേട്ട് അവൻ ജാള്യതയോടെ പറഞ്ഞു, 'എന്നാ അച്ഛമ്മ പറയ്.'

'എടാ അതാണ് ജന്മനാ കിട്ടുന്ന ഗുണം എന്ന് പറയുന്നത്. മനസ്സിലായോ? ഏതൊരു പങ്കപ്പാടിലും തോറ്റുകൊടുക്കില്ല എന്നുപറയുന്ന സ്വഭാവം.'

'അച്ഛമ്മേ, അച്ചുച്ചേട്ടനത് ഒട്ടുമില്ല. അച്ഛൻ എത്ര തവണ നീന്തൽ പഠിപ്പിക്കാൻ വിട്ടതാ എന്നിട്ട് ചേട്ടൻ പഠിച്ചോ? പേടിത്തൊണ്ടൻ ചേട്ടൻ...'

'മതി മതി, നിങ്ങൾ തമ്മിൽ തല്ലുകൂടണ്ട. കഥ കേൾക്ക്, ഈ സംഭവത്തോടെ കൊച്ചുണ്ണിക്ക് ചെറിയതുക ശമ്പളമായി കൊടുക്കാമെന്നായി മുതലാളിക്ക്. ആ ശമ്പളം മുഴുവനും കൊച്ചുണ്ണി സ്വന്തം വീട്ടിൽ ഏൽപ്പിച്ചുതുടങ്ങി. വീട്ടിലെ പട്ടിണി അല്പം കുറയട്ടെ എന്നവൻ ചിന്തിച്ചു.'

'അങ്ങനെ ആ നാട്ടിലും പീടികവീട്ടിലുമായി കൊച്ചുണ്ണി മിടുക്കനും ഉശിരുള്ളവനുമായ ഒരു യുവാവായി വളർന്നുവന്നു. അപ്പോഴും ഒരു കാര്യം ഓർക്കണം കേട്ടോ. ഒരാളുടെ സ്വഭാവസവിശേഷതകൾ മറ്റൊരാളെ ആകർഷിക്കാൻ തക്കതാണെങ്കിൽ

അവർക്ക് എതിരായി ചില അസൂയാലുക്കൾ തലപൊക്കും.

അവർ നിരന്തരം ഇവരുടെ പിന്നാലെ കൂടും, എന്തിനെന്നോ?

തരംകിട്ടിയാൽ അവർ ഉപദ്രവങ്ങൾ ഉണ്ടാക്കാൻ തന്നെ.

എന്നുകരുതി പേടിക്കാൻ കൊച്ചുണ്ണിയെ കിട്ടില്ല.

കൊച്ചുണ്ണി എന്നല്ല, ആത്മാഭിമാനമുള്ളവർ അങ്ങനെ പതറില്ലെന്നതാണ് യാഥാർത്ഥ്യം.'

അതു പറയുമ്പോൾ അച്ഛമ്മയുടെ കണ്ണുകൾ തിളങ്ങുന്നതു മാത്രം കുഞ്ഞാറ്റ കണ്ടു.

അവൾ പറഞ്ഞു, 'ബാക്കി പറയ് അച്ഛമ്മേ...'

○○

3

അഭ്യാസിയായി മാറുന്ന കൊച്ചുണ്ണി

അച്ഛമ്മ കഥ തുടർന്നു...

'അങ്ങനേയിരിക്കേ വലിയ അഭ്യാസിയായ ഒരു തങ്ങൾ കായംകുളത്ത് യുവാക്കൾക്ക് ആയുധപരിശീലനം നൽകുന്നതായി കൊച്ചുണ്ണി അറിഞ്ഞു. കൊച്ചുണ്ണിക്ക് അതുകേട്ടപ്പോൾ വലിയ ആശ, അഭ്യാസങ്ങൾ പഠിക്കണമെന്ന്.

അക്കാലത്ത് സ്ക്കൂളും കരാട്ടെ ക്ലാസ്സും കളരി ക്ലാസ്സും ഒന്നുമില്ലെന്ന് നിങ്ങൾക്ക് അറിയാമല്ലോ.

വല്ലതും പഠിക്കണമെങ്കിൽ കുടിപ്പള്ളിക്കൂടത്തിൽ പോണം. അതിനു വല്ല ഗതിയും കൊച്ചുണ്ണിക്ക് ഉണ്ടായിരുന്നോ? എവിടുന്ന്. തിന്നാനും ഉടുക്കാനുമില്ല, അപ്പോഴാണ് വിദ്യ പഠിക്കാൻ പോകുന്നത്. ആദ്യം വയറ്റിലെ ആന്തൽ മാറ്റാനാണ് കൊച്ചുണ്ണി പണിക്ക് പോയിത്തുടങ്ങിയത്.

അക്കാലത്ത് എന്തൊക്കെയാണു പഠിപ്പിച്ചിരുന്നത് എന്നറിയാമോ? അക്ഷരങ്ങൾ, പിന്നെ കണക്കിന്റെ ഗുണനപ്പട്ടികകൾ, മാസപ്പേരുകൾ, തിഥി, പക്കം തുടങ്ങിയ അക്കാലത്തെ കാലഗണനാസമ്പ്രദായങ്ങൾ ഇത്രയൊക്കെയാണ് പഠിപ്പിച്ചിരുന്നത്.

തുടർപഠനം അത്ര എളുപ്പമായിരുന്നില്ല.

തുടക്കത്തിൽ നിലത്തെഴുത്ത് ആശാനും ആശാട്ടിയും ഒക്കെയാണു പഠിപ്പിക്കുക. ആഗ്രഹമുണ്ടെങ്കിൽ മാത്രം ദൂരദേശങ്ങളിൽ ച്ചെന്ന് പണ്ഡിതരായ ഗുരുക്കന്മാർക്കു മുന്നിൽ ശിഷ്യപ്പെട്ടു വർഷങ്ങൾ കൊണ്ട് കൂടുതൽ പഠിക്കാം.

അതും ആർക്കും എപ്പോഴും ചെന്നു പഠിക്കാനാവില്ല.

ഗുരുവിന് ശിഷ്യന്റെ സ്വഭാവം മാത്രം ഇഷ്ടമായാൽപ്പോര, അവ

ന്റെ ജാതി, കുലം അങ്ങനെ എല്ലാം ഒത്തു വന്നാലേ പഠിപ്പിക്കൂ.

ഗുരുവിന് ഇഷ്ടമല്ലാത്ത വല്ലതും സംഭവിച്ചാൽ പിന്നെ പഠനം അവസാനിപ്പിച്ചു മടങ്ങേണ്ടി വരും. പെൺകുട്ടികൾക്ക് വിദ്യാഭ്യാസം പൊതുവേ പതിവില്ല.

വളരെ അപൂർവ്വം ധനിക കുടുംബങ്ങളിലും രാജകൊട്ടാരങ്ങളിലെ സ്ത്രീകളിൽ ചിലരും മാത്രം എഴുതാനും വായിക്കാനും കണക്കു കൂട്ടാനും പഠിച്ചിരുന്നു.

ഇനി കൊച്ചുണ്ണിയുടെ കഥയിലേക്കു വരാം.

അവനു അഭ്യാസങ്ങൾ പഠിച്ചേ തീരൂ.

അതിനാൽ കൊച്ചുണ്ണി ഒരു ദിവസം കടയിലെ പണികളെല്ലാം വേഗം തീർത്തശേഷം കായംകുളത്തേക്കു വച്ചുപിടിച്ചു. 'തങ്ങളുടെ' കളരി കണ്ടെത്തി, അവിടെച്ചെന്ന് തനിക്കും അഭ്യാസം പഠിക്കണം എന്നുപറഞ്ഞു.

പക്ഷേ, കൊച്ചുണ്ണി ഒരു കള്ളന്റെ മകനാണ് എന്നു മനസ്സിലാക്കിയ തങ്ങൾ, കൊച്ചുണ്ണിയെ ഒരു കാരണവശാലും അഭ്യാസം പഠിപ്പിക്കില്ല എന്നു തീർത്തുപറഞ്ഞു.

ഒരു കള്ളന്റെ മകൻ കള്ളനാവുക വളരെ സ്വാഭാവികമാണ്.

അങ്ങനെയുള്ള ഒരാൾക്ക് അഭ്യാസങ്ങൾ പകർന്നു നൽകിയാൽ അയാൾ നാടിനെ ഇല്ലാതാക്കുമെന്ന് ഗുരു ഭയന്നു.

മറ്റു സാധാരണക്കാരായ ശിഷ്യൻമാർ സ്വന്തം പ്രാണരക്ഷക്കു വേണ്ടിയാണ് അഭ്യസിക്കുന്നത്. എന്നാൽ കൊച്ചുണ്ണിയെപ്പോലുള്ളവർ മറ്റുള്ളവരെ ആക്രമിക്കാൻ ഈ അറിവ് ഉപയോഗിച്ചേക്കും. അതുകൊണ്ട് കൊച്ചുണ്ണിയെ ശിഷ്യനായി സ്വീകരിക്കാൻ നിവർത്തിയില്ല എന്ന് ഗുരു കട്ടായം പറഞ്ഞു. കൊച്ചുണ്ണി ദുഃഖിതനായി മടങ്ങി.'

അച്ഛമ്മ കഥ പറച്ചിൽ നിർത്തി.

എന്നിട്ട് ചോദിച്ചു, 'കുഞ്ഞാറ്റക്കുഞ്ഞേ, നിന്നോട് ഇങ്ങനെ നിന്റെ ടീച്ചറ് പറഞ്ഞാൽ നീ എന്ത് ചെയ്യും?'

അതൊരു വല്ലാത്ത ചോദ്യമായിത്തോന്നി കുഞ്ഞാറ്റക്ക്.

ഇഷ്ടമുള്ള ടീച്ചറാണെങ്കിൽ അങ്ങനെ പറഞ്ഞാൽ കുഞ്ഞാറ്റ സഹിക്കില്ല, കുഞ്ഞാറ്റ കരയും, വീട്ടിൽ വന്നും കരയും, കുഞ്ഞാറ്റ കരഞ്ഞാൽ ആരു നോക്കിയില്ലെങ്കിലും കുഞ്ഞാറ്റയുടെ അച്ഛൻ സ്കൂളിൽ ചെന്ന് ടീച്ചറോട് പറയും, കുഞ്ഞാറ്റയെ പഠിപ്പിച്ചേ പറ്റൂ എന്ന്.

പക്ഷേ, ഇഷ്ടമില്ലാത്ത ടീച്ചറാണെങ്കിൽ കുഞ്ഞാറ്റക്ക് സന്തോഷ

മേ ഉള്ളൂ വഴക്കു കേൾക്കണ്ട, പുറത്തുനിന്ന് കളിക്കാം. പക്ഷേ, ഈ മറുപടി അച്ഛമ്മയോട് പറയാൻ പറ്റില്ല, മാത്രവുമല്ല അച്ചുച്ചേട്ടൻ കൂടെയുണ്ട്, അമ്മയോട് പോയി പറയും, എല്ലാരും കളിയാക്കും. അതുകൊണ്ട് കുഞ്ഞാറ്റ പറഞ്ഞു, 'ഞാൻ അച്ഛനോടു വന്നു പറയും അച്ഛമ്മേ.'

അതു കേട്ട് അച്ഛമ്മ ചിരിച്ചു, 'അതാണ് കാലങ്ങൾ തമ്മിലുള്ള വ്യത്യാസം. കണ്ടോ, ഇപ്പോഴത്തെ കുട്ടികൾക്ക് എല്ലാത്തിനും അച്ഛനും അമ്മയും പിറകേവേണം. സ്വന്തമായി ഒന്നും ചെയ്യാനറിയില്ല.'

അതുകേട്ട് കുഞ്ഞാറ്റ മുഖം വീർപ്പിച്ചു.

വീർത്ത കവിളിൽ ഒരു കുത്തു കൊടുത്ത് അവളെ സമാധാനിപ്പിച്ച് അച്ഛമ്മ കഥ തുടർന്നു.

'കളരിയിൽ നിന്നും ഇറങ്ങിയ കൊച്ചുണ്ണി പെട്ടന്നൊന്നും അവിടെനിന്ന് തിരിച്ചു പോയില്ല. എന്തിനും ഒരു മാർഗം ഉണ്ടാവും. തന്റെ ലക്ഷ്യം നല്ലതാണ്. അച്ഛൻ കള്ളനായിരിക്കും, പക്ഷേ, താൻ ഇന്നുവരെ അന്യന്റെ മുതൽ ആഗ്രഹിച്ചിട്ടില്ല, അപഹരിച്ചിട്ടുമില്ല.

അധ്വാനിച്ചു ജീവിക്കുകയാണ്.

അപ്പോൾ ഗുരുവാണ് മുൻവിധിയോടെ പെരുമാറുന്നത്.

അതിനാൽ വിദ്യ അഭ്യസിക്കുകതന്നെ വേണം.

അങ്ങനെ കളരിക്കുചുറ്റും വളരെ ശ്രദ്ധയോടെ നിരീക്ഷിച്ചപ്പോൾ കൊച്ചുണ്ണിക്ക്, മറ്റാരുടേയും ശ്രദ്ധയിൽപ്പെടാതെനിന്ന് കളരിയിലെ അഭ്യാസങ്ങൾ കാണാൻ പറ്റും എന്ന് മനസ്സിലായി.

മാത്രവുമല്ല പഠിപ്പിക്കലൊക്കെ രാത്രിയിലാണ്.

അപ്പോൾ കട അടച്ചുകഴിഞ്ഞ് എത്തിയാലും അഭ്യാസങ്ങൾ കാണാൻ സാധിക്കും. അങ്ങനെ കൊച്ചുണ്ണി പകലു മുഴുവൻ കടയിലെ ജോലികൾ ചെയ്തശേഷം രാത്രി അഭ്യാസങ്ങൾ കണ്ടു പഠിച്ചു.

പാതിരാവിൽ അതു പരിശീലിച്ചു.

അവൻ ശരിക്കും ഒരു യോദ്ധാവായിത്തുടങ്ങി.

പക്ഷേ, എല്ലാം അങ്ങനെ നല്ലതുപോലെ പോകില്ലല്ലോ.

ആരൊക്കെയോ ചിലർ കൊച്ചുണ്ണിയുടെ രാത്രിസഞ്ചാരം ശ്രദ്ധിച്ചു. അവർക്ക് കൊച്ചുണ്ണിയോട് കുറച്ച് അസൂയയും ഉണ്ടെന്നു കൂട്ടിക്കോ.

ഒടുവിൽ അവർ കണ്ടെത്തി, കൊച്ചുണ്ണി 'തങ്ങൾ' അറിയാതെ

അദ്ദേഹം പഠിപ്പിക്കുന്നതു കണ്ടുപഠിക്കുകയാണ്.

അവർ കൈയോടെ പിടികൂടി കൊച്ചുണ്ണിയെ.'

'അത്രയ്ക്കായോ കള്ളന്റെ മകന് ധിക്കാരം?' തങ്ങൾ കോപം കൊണ്ടു വിറച്ചു.

എല്ലാവരും കരുതി, തീർന്നു കൊച്ചുണ്ണി എന്ന്. എന്നാലോ, കൊച്ചുണ്ണി നെഞ്ചും വിരിച്ചു നിൽക്കുകയാണ്.

തങ്ങൾ പറഞ്ഞു, 'ഇത്രവലിയ വീരനാണെങ്കിൽ ഇവൻ പഠിച്ചത് ഈ കളരിയിൽ കാണിക്കട്ടെ.'

കൊച്ചുണ്ണി താൻ അന്നേദിവസം വരെ പഠിച്ചത് അദ്ദേഹത്തിനു മുന്നിൽ കാണിച്ചു.

തങ്ങൾ ഞെട്ടിപ്പോയി, എന്താ കാര്യം?

ദിവസവും അടുത്തുനിന്ന് പറഞ്ഞുകൊടുത്തു പഠിപ്പിച്ച ശിഷ്യന്മാർ ഇത്ര കൃത്യമായി ചുവടുവയ്ക്കില്ല, ഇത്ര മെയ് വഴക്കമില്ല, ഇത്ര ഭംഗിയിൽ ചാടിമറിഞ്ഞ് ഇരിക്കില്ല...

അദ്ദേഹത്തിന് ദേഷ്യമല്ല, വലിയ സന്തോഷം തോന്നി.

മിടുക്കനായ ശിഷ്യൻ ഏതൊരു ഗുരുവിനും അഭിമാനമാണ്.

ഇവനോ വെറും മിടുക്കനല്ല, മിടുമിടുക്കനാണ്. ബലേ ഭേഷ് !

'ഇന്നുമുതൽ കൊച്ചുണ്ണി ഈ കളരിക്കു സ്വന്തം' ഗുരു സംശയമില്ലാതെ പറഞ്ഞു.

കൊച്ചുണ്ണിയുടെ സന്തോഷത്തിന് അതിരില്ലാതായി.

അവൻ അപ്പോൾ മുതൽ കളരിയിൽ അധ്യയനം തുടങ്ങി.

എല്ലാം വളരെവേഗം പഠിച്ചെടുക്കുന്ന അവന്റെ രീതി കൂടെ പഠിക്കുന്നവരിൽ അസൂയ വളർത്തി.

പക്ഷേ, അതൊന്നും അവൻ ശ്രദ്ധിച്ചില്ല.

ഗുരുക്കൾക്ക് കളരിമുറകൾ കൂടാതെ മറ്റുപല വിദ്യകളും അറിയുമായിരുന്നു. ഇന്ദ്രജാലം, കൺകെട്ടുവിദ്യകൾ ഒക്കെ അദ്ദേഹത്തിനു വശമുണ്ടായിരുന്നു.

അദ്ദേഹം ആ വിദ്യകളും തന്റെ വിശ്വസ്ത ശിഷ്യന് ഉപദേശിച്ചു കൊടുത്തു.

അവനതൊക്കെ മനഃപാഠമാക്കി.

രാത്രി വൈകിയും അതൊക്കെ പരിശീലിച്ചു.

അങ്ങനെ എണ്ണംപറഞ്ഞൊരു തികഞ്ഞ അഭ്യാസിയായി കൊച്ചുണ്ണി പതുക്കെ മാറി. ഗുരുവിന്റെ പ്രിയപ്പെട്ട ശിഷ്യൻ. എന്നാൽ, കൊച്ചുണ്ണി എങ്ങനെ കള്ളനായി? അതറിയാനായിരുന്നു കുട്ടികൾക്ക് താത്പര്യം.

കായംകുളം കൊച്ചുണ്ണി

'അച്ഛമ്മേ, ഈ കഥയിൽ കൊച്ചുണ്ണി വളരെ മിടുക്കനായ ഒരു യുവാവാണ്. അയാൾക്ക് കക്കാനൊന്നും താൽപര്യവും ഇല്ല. ഇത്ര നല്ലമനുഷ്യൻ എങ്ങനെ കള്ളനായി?'

അച്ചുവിനായിരുന്നു സംശയം.

കുഞ്ഞാറ്റയുടെ അമ്മ കൊണ്ടുവന്നുവച്ച മധുരക്കൊഴുക്കട്ട ഒന്നുകടിച്ച് അല്പം കട്ടൻകാപ്പിയും കുടിച്ച്, പുറത്ത് വെയിൽ തെളിഞ്ഞുവരുന്നതും കണ്ട് അച്ഛമ്മ കഥ തുടർന്നു.

കുഞ്ഞാറ്റയെ മടിയിലിരുത്തി അമ്മയും കൂടി കഥ കേൾക്കാൻ വന്നു അപ്പോൾ.

അച്ഛമ്മ പറഞ്ഞു, 'ശരിയാണ്, കൊച്ചുണ്ണിയുടെ ബാപ്പ ഒരു കള്ളനായിരുന്നു. പക്ഷേ, അതിനൊരു മറുവശമുണ്ട്, തിന്നാനും കുടിക്കാനുമില്ലാതെ വരുമ്പോൾ, ഉള്ളവരോട് ചോദിച്ചാൽ കിട്ടാതിരുന്നാൽ പിടിച്ചുപറിക്കും, അതാണയാൾ ചെയ്തത്.

അങ്ങനെ കള്ളനായി.

അതേ, ഇന്നത്തെപ്പോലെ എല്ലാ സുഖങ്ങൾക്കിടയിലും മറ്റുള്ളവരെ ചതിക്കുന്നതുപോലെയും, ശമ്പളം എണ്ണിവാങ്ങിയിട്ടും പിന്നേം കൈക്കൂലി ചോദിക്കുന്നവരെപ്പോലെയും ഒരു ദുഷ്ടനായിരുന്നില്ല കൊച്ചുണ്ണിയുടെ ബാപ്പ.

പക്ഷേ, അയാൾ ദരിദ്രനായിരുന്നു.

പട്ടിണിപ്പേക്കോലം, അയാളെ അന്നത്തെ ആൾക്കാർ കള്ളനെന്നു വിളിച്ചിരുന്നെങ്കിലും ഞാനയാളെ കള്ളനെന്നു വിളിക്കില്ല.'

അത്രയും പറഞ്ഞ് അച്ഛമ്മ എന്തിനോ കണ്ണു തുടച്ചു.

'കർക്കടകത്തിൽ ആകാശത്തിന് ഓട്ടവീണപോലുള്ള പെയ്ത്തിൽ ചോർന്നൊലിക്കുന്ന കൂരയിൽ, തണുത്തുവിറച്ചു കിടക്കുമ്പോൾ, നനഞ്ഞു കുതിർന്ന അടുപ്പിനു മുകളിലേക്ക് നോക്കി കുഞ്ഞുങ്ങൾ നിലവിളിക്കുന്ന അവസ്ഥ കാണേണ്ടി വന്നാൽ ആരും കട്ടുപോകും!'

ആത്മഗതം ഉച്ചത്തിലായതിനാൽ കുഞ്ഞാറ്റയും അതുകേട്ടു.

കാര്യമറിയാതെ അവളുടെ കണ്ണും നിറഞ്ഞു.

അച്ഛമ്മ തുടർന്നു, 'നിനക്ക് അറിയേണ്ടത് കൊച്ചുണ്ണി എങ്ങനെ കള്ളനായി എന്നല്ലേ? പറയാം. ഒരാളെ കള്ളനാക്കാൻ എളുപ്പമാണ് അച്ചൂ. ആ കഥ പറയാം.'

൦൦

4

കൊച്ചുണ്ണി എങ്ങനെ കള്ളനായി?

'ഒരുദിവസം ഏവൂർ അമ്പലത്തിലെ ശാന്തിക്കാരൻ, നേദ്യമുണ്ടാക്കാൻ ശർക്കരയ്ക്കായി ഒരാളെ വലിയ പീടികയിലേക്കു പറഞ്ഞുവിട്ടു. ഒരു നുള്ളു ശർക്കര പോലും കടയിൽ ബാക്കിയില്ല.

എന്നാൽ പീടികയുടെ പിന്നിലെ മുതലാളിയുടെ വീട്ടിൽ ആവശ്യത്തിനു ശർക്കരയുണ്ട് താനും. ശർക്കര വാങ്ങാൻ വന്നവൻ തിടുക്കം കൂട്ടി. 'വേഗം തായോ, നേദ്യത്തിനു നേരമായി' എന്ന് അയാൾ.

അപ്പോൾ മുതലാളി പറഞ്ഞു, 'കൊച്ചുണ്ണി നീ പോയി ശർക്കര എടുത്തിട്ട് വാ' എന്ന്.

കൊച്ചുണ്ണി വേഗം വീട്ടിൽ ചെന്നു.

അപ്പോൾ എന്താ പ്രശ്നം?

വീട്ടുകാരിയും പരിവാരങ്ങളും വീടും പടിയും പൂട്ടി കുളിക്കാൻ കുളത്തിലേക്കു പോയിരിക്കുന്നു.

ഇനി ഉടനെയൊന്നു തിരിച്ച് എത്തില്ല.

മറ്റാരും അടുത്തില്ലതാനും.

അവസാനം മറ്റുവഴിയില്ലാതെ കൊച്ചുണ്ണി ആ വീടിന്റെ വലിയ മതില് ഒരു അഭ്യാസത്തിലൂടെ ചാടിക്കടന്നു മുറ്റത്ത് എത്തി.

അവിടെ പുറത്തെ പുരയിൽ സൂക്ഷിച്ച ശർക്കരയിൽ നിന്നും ആവശ്യത്തിനുള്ളത് എടുത്ത്, തിരികെ അതുപോലെ ചാടിക്കടന്ന് കടയിലെത്തി സാധനം കൊടുത്തു.

ആന നടന്നു പോയാൽ കാണാനാകാത്ത അത്രയും പൊക്കത്തിലാണു മതിൽ.

മതിലാണു ചാടിക്കടന്നിരിക്കുന്നത്.

പക്ഷേ, അതൊരു വല്ലാത്ത ചാടിക്കടക്കലായി എന്നു കൊച്ചുണ്ണിക്ക് മനസ്സിലായത് പിന്നീടാണ്.

കുറേ അസൂയക്കാരുടെ കണ്ണ് എന്നും കൊച്ചുണ്ണിയുടെ പിന്നിൽ നിഴൽ പോലെ സദാ ഉണ്ടായിരുന്നല്ലോ.

അതിലൊരു ഏഷണിക്കാരൻ കൊച്ചുണ്ണിയുടെ അഭ്യാസമുറയിലുള്ള ഈ ചാട്ടവും മറിയലും കണ്ടിരുന്നു.

അയാൾ കടയുടമയെ രഹസ്യമായിച്ചെന്നുകണ്ടു, എന്നിട്ടു പറഞ്ഞു, 'കള്ളന്റെ മകനാണ്, ഇപ്പോൾ തങ്ങളെ ശിഷ്യപ്പെട്ട് അഭ്യാസവും പഠിച്ചിരിക്കുന്നു. ഇനിയിപ്പോൾ എന്ത് അക്രമം കാണിച്ചാലും ആർക്കും തടയാൻ കഴിയില്ല. നിങ്ങൾ കുറേ കൊല്ലമായില്ലേ അവനെ പോറ്റി വളർത്തുന്നു?

ഒന്നു ചോദിക്കട്ടെ, കുറച്ചു കാലം കഴിഞ്ഞ് അവന്റെ സ്വഭാവം മാറില്ല എന്നു നിങ്ങൾക്ക് ഉറപ്പുണ്ടോ?

കടയുടെ സർവ്വ കണക്കും, ചരക്കു വിവരവും അവനു കാണാപ്പാഠമാണ്.

അവൻ കട്ടാൽ നിങ്ങൾ അറിയുമോ?

ഇനി അറിഞ്ഞാൽ നിങ്ങൾ ചോദിക്കാൻ ചെല്ലുമ്പോൾ അവൻ നിങ്ങളെ ആക്രമിച്ചാലോ?

തീർന്നില്ലേ എല്ലാം?

ഇത് അവസരമാണ്.

നിങ്ങൾ അറിയാതെയാണ് അവൻ തങ്ങളുടെ അടുത്തു നിന്നും അഭ്യാസം പഠിച്ചിരിക്കുന്നത്.

അപ്പോൾ നാളെ നിങ്ങൾ അറിയാതെ അവൻ എന്തൊക്കെ കാട്ടിക്കൂട്ടും? വല്ല പിടിയും ഉണ്ടോ?

അതു കൊണ്ട്, അവനെ ഇന്നുതന്നെ പറഞ്ഞു വിടണം.'

ഇത്തരത്തിൽ ഉപദേശം നൽകുന്നവർ രാമായണത്തിലെ മന്ഥരയെപ്പോലെയാണ്. തനിക്ക് പ്രത്യേകിച്ച് ഒരു ലാഭവും കിട്ടിയില്ലെങ്കിലും മറ്റുള്ളവരെ അവർ കുഴിയിൽ ചാടിക്കും.

കൊച്ചുണ്ണിയെപ്പോലെ വിശ്വസ്തനായ ഒരു ജോലിക്കാരനെ പിരിച്ചുവിട്ടാൽ യഥാർത്ഥത്തിൽ നഷ്ടം ആ കടക്കാരനു തന്നെയാണ്. പക്ഷേ, മനുഷ്യർക്ക് ദുഷിപ്പും ഏക്ഷണിയും കേൾക്കാനാണ് കൂടുതൽ താൽപ്പര്യം.

കൊച്ചുണ്ണിയെക്കുറിച്ചു പറഞ്ഞതു കേട്ടപ്പോൾ കടയുടമയ്ക്ക് വല്ലാത്ത ധർമസങ്കടമായി.

തന്റെ അറിവോ സമ്മതമോ ഇല്ലാതെയാണ് ഇവൻ അഭ്യാസം

പഠിച്ചിരിക്കുന്നത്. അപ്പോൾ ഇനി തന്റെ വരുതിയിൽ നിൽക്കാനും സാധ്യത കുറവാണ്.

മോഷണം അവനു പരിചിതമായതാണ്.

എതിർത്തുനിൽക്കാൻ തനിക്കാവുകയുമില്ല.

അങ്ങനെ, പത്തുവയസ്സു മുതൽ ഇരുപതു വയസ്സുവരെ ഉണ്ടും ഉറങ്ങിയും കഴിഞ്ഞ ആ പീടികയും ദേശവും വിട്ട് അവന് മടങ്ങേണ്ടി വന്നു.

മടങ്ങുമ്പോൾ പീടികയിൽ കണക്കെഴുതാൻ വരുന്നവരിൽ നിന്നും അടിസ്ഥാനഗണിതവും, മലയാളം, തമിഴ് ഭാഷകളിൽ എഴുതാനും വായിക്കാനും അവൻ പഠിച്ചിരുന്നു.

കടയുടമ അവന് ഒരുകിഴി നാണയങ്ങളും നൽകിയാണ് പറഞ്ഞു വിട്ടത്. പക്ഷേ, അവൻ ചെന്ന് കയറേണ്ടിയിരുന്നത് അതേ പഴയ പട്ടിണിയിലേക്കായിരുന്നുവെന്നു മാത്രം.

പഴയ കുഞ്ഞല്ല, യുവാവാണ്.

ജോലിചെയ്ത് ജീവിക്കണം.

എന്തു ജോലിയാണ് അക്കാലത്ത് കിട്ടാനുള്ളത്?

പ്രധാനമായും കൃഷിയും കൃഷിപ്പണിയുമാണ് ബഹുഭൂരിപക്ഷത്തിനും തൊഴിലായി ഉള്ളത്.

കച്ചവടം അത്ര അനായാസം തുടങ്ങാനാവില്ല.

കള്ളന്റെ മകനെന്ന പേരുമുണ്ട്.

അപ്പോൾ പിന്നെ എന്തു ചെയ്യും?

ചിലരോട് പണി ചോദിച്ചു, അവർ ആട്ടിപ്പുറത്താക്കി.

അങ്ങനെ കൊച്ചുണ്ണിയും അതുതന്നെ ചെയ്തുതുടങ്ങി, മോഷണം! പക്ഷേ, ഇതിലും കൊച്ചുണ്ണി വ്യത്യസ്തനായിരുന്നു.

കൊച്ചുണ്ണി ഒരു കവർച്ച നടത്തിയാൽ അതു കൊച്ചുണ്ണിക്കു മാത്രമായിട്ടായിരുന്നില്ല, മറിച്ച് ചുറ്റുപാടുമുള്ള ഒരുപാട് വിശക്കുന്ന വയറുകൾക്കുവേണ്ടി ആയിരുന്നു.

എന്നാൽ കൊള്ളചെയ്യുന്നതു കൊച്ചുണ്ണി ഒറ്റയ്ക്ക് ആയിരുന്നില്ല. കൊച്ചുണ്ണിക്ക് ധാരാളം കൂട്ടുകാർ ഉണ്ടായിരുന്നു. എല്ലാവരും കൊള്ളസംഘത്തിൽപ്പെട്ടവരും ആയിരുന്നു.

അതിലെ പ്രധാനികൾ കോപ്പാറപ്പറമ്പിൽ മമ്മത്, കടുവാച്ചേരി വാവ, കോട്ടപ്പുറത്തു ബാച്ചുകുഞ്ഞ്, പക്കോലത്തു നൂറാമ്മത്, വലിയകുളങ്ങര കുഞ്ഞുമരയ്ക്കാർ, വാര്യവീട്ടുവടക്കേടത്തു കൊച്ചുപിള്ള എന്നിവരായിരുന്നു.

ഇക്കൂട്ടത്തിൽ കോപ്പാറപ്പറമ്പിൽ മമ്മത് എന്തുംചെയ്യാൻ മടിയി

ല്ലാത്തവൻ ആയിരുന്നു. ആരേയും മുൻപിൻ നോക്കാതെ ആക്രമിക്കുകയും അപായപ്പെടുത്തുകയും ചെയ്തിരുന്ന മമ്മതിന്റെ ചെയ്തികളോട് കൊച്ചുണ്ണിക്ക് യോജിപ്പ് ഉണ്ടായിരുന്നില്ല.

ഈ സംഘം കാർത്തികപ്പള്ളി, കരുനാഗപ്പള്ളി, മാവേലിക്കരയുടെ കുറച്ചു ഭാഗങ്ങൾ എന്നിവിടങ്ങളിലാണ് വിരാജിച്ചിരുന്നത്. അവർ കായലിലും കരയിലും ഒന്നുപോലെ സഞ്ചാരികൾക്ക് പേടിസ്വപ്നമായി.

കൊച്ചുണ്ണി തന്നോട് അപമര്യാദയായി പെരുമാറുന്ന, മറ്റുള്ളവരെ ഉപദ്രവിക്കുന്ന ധനികരെയാണ് ആക്രമിച്ചിരുന്നത്.

സാധാരണക്കാരായ പാവപ്പെട്ട വഴിയാത്രക്കാരെ ഒരിക്കലും ആക്രമിച്ചിരുന്നില്ല, എന്നുമാത്രമല്ല പലപ്പോഴും അവർക്ക് രക്ഷകനായി പ്രത്യക്ഷപ്പെടുകയും ചെയ്തിരുന്നു. എങ്കിലും നാൾക്കുനാൾ വർദ്ധിച്ചുവരുന്ന മോഷണവും പിടിച്ചുപറിയും ഭരണകൂടത്തിനും രാജ്യത്തിനും ഭീഷണിയായിത്തുടങ്ങി.

മാത്രവുമല്ല, കൊച്ചുണ്ണി 'കായംകുളം കൊച്ചുണ്ണി' എന്ന് അറിയപ്പെടാൻ തുടങ്ങിയത് ഇക്കാലത്താണ്. അതോടെ നാട്ടിൽ നടക്കുന്ന സർവ്വകളവുകൾക്കും കൊച്ചുണ്ണിയെ പഴിക്കുന്നതു പതിവായി.

ഈ കാലഘട്ടത്തിലാണ് കൊച്ചുണ്ണി വിവാഹം കഴിക്കുന്നതും. അതോടെ സ്വന്തം കുടുംബത്തിന്റെ ചുമതല കൂടി കൊച്ചുണ്ണിയിൽ വന്നു ചേർന്നു.'

'അച്ഛമ്മേ ഒന്നു ചോദിക്കട്ടേ, ഈ കൊച്ചുണ്ണി കാണാൻ സുന്ദരനാണോ? സിക്സ് പാക്ക് ആയിരുന്നോ?'

ചോദ്യം അച്ചുവിന്റെ വകയാണ്. കോളേജിൽ എത്തിയപ്പോൾ മുതൽ അച്ചുവിന്റെ മുറി നിറയെ സിക്സ് പാക്ക് നായകന്മാരുടെ ചിത്രങ്ങളാണ്.

അവന്റെ ചോദ്യം കേട്ട് അച്ഛമ്മ ഉറക്കെ ചിരിച്ചു പോയി.

അച്ഛമ്മ പറഞ്ഞു, 'എന്റെ അച്ചൂസേ അത് കാലം ഏതെന്നു വച്ചാണ്? അന്ന് ജിം ഒന്നുമില്ല. നീ പറയുന്ന വർക്കൗട്ടും ഇല്ല. കുറച്ച് കഞ്ഞിയാണ് ഭക്ഷണം മിക്കവർക്കും. ആണുങ്ങൾക്ക് വറ്റു കിട്ടും. പെണ്ണുങ്ങൾക്കു വെള്ളവും ആറടി പ്പൊക്കത്തിൽ ഒരു ആജാനബാഹു ആയിരുന്നു കൊച്ചുണ്ണി.

അതീവസുന്ദരൻ ആകാരവടിവും മുഖസൗന്ദര്യവും, ശബ്ദസൗകുമാര്യവും എല്ലാവരേയും ആകർഷിച്ചു.

വെളുത്തു ചുവന്നു തുടുത്ത നിറവും നീണ്ട കണ്ണുകളും, വളഞ്ഞ് ഇരുണ്ട പുരികക്കൊടികളും അദ്ദേഹത്തിനുണ്ടായിരുന്നു. കള

രി അഭ്യാസി ആയതിനാൽത്തന്നെ വിരിഞ്ഞ മാറും, ഒതുങ്ങിയ അരക്കെട്ടും, ചേർന്ന് അതിസുന്ദരനായിരുന്നു കൊച്ചുണ്ണി.

അത്തരം ഒരു കള്ളൻ, അക്കാലത്തിനു മുൻപോ പിൻപോ ജനിച്ചിട്ടില്ല എന്നു വേണം പറയാൻ. നല്ല ലക്ഷണമൊത്ത ആണൊരുത്തൻ.

മുന്നിൽ വന്ന് കൈ പിറകിൽ കെട്ടി ഒരു നിൽപ്പു നിന്നാൽ ഒരു മാതിരി ജനങ്ങൾക്കൊന്നും ശരിക്കൊന്ന് ആ മുഖത്തേക്കു നോക്കാൻ പോലും ധൈര്യം കിട്ടില്ല.

കൊച്ചുണ്ണിയെ മുന്നോട്ടു നയിച്ചത് സഹജീവി സ്നേഹം മാത്രമായിരുന്നു. ഒരിക്കലും അച്ഛനെപ്പോലെ ഒരു മോഷ്ടാവ് ആകാൻ കൊച്ചുണ്ണി ആഗ്രഹിച്ചിരുന്നില്ല. എന്നാൽ, സാഹചര്യം അങ്ങനെയാക്കി എന്നു പറഞ്ഞാൽ മതിയല്ലോ. കായംകുളം ദേശത്തിലെ പാവപ്പെട്ടവരുടെ കാണപ്പെട്ട ദൈവമായി കൊച്ചുണ്ണി വളരെ പെട്ടെന്ന് മാറി.

അവരുടെ അന്നദാതാവ് ആയി മാറിയെന്നു പറയുന്നതാവും കൂടുതൽ ശരി!

൦൦

5

ഇത്തിക്കരപ്പക്കി

'അച്ഛമ്മേ, ഇത്തിക്കര പക്കി എന്ന പേരിൽ ഒരു കൂട്ടുകാരനില്ലേ കൊച്ചുണ്ണിക്ക് ആ കഥ കൂടി പറയാൻ മറക്കല്ലേ.' അച്ചു അച്ഛമ്മയെ ഓർമ്മിപ്പിച്ചതാണ്.

അത് കേട്ട് അച്ഛമ്മ പറഞ്ഞു, 'ഉം അതു പറയാം.

എന്നാൽ പിന്നെ ഇത്തിക്കര പക്കിയെക്കുറിച്ചു പറഞ്ഞിട്ടാവാം ബാക്കി കൊച്ചുണ്ണിക്കഥ അല്ലേ?

എന്നാ കേട്ടോ, കൊച്ചുണ്ണി ജീവിച്ച കാലഘട്ടത്തിലാണ് കൊല്ലത്തിനടുത്ത് ഇത്തിക്കര എന്ന ദേശത്ത് മറ്റൊരു കള്ളൻ ജീവിച്ചിരുന്നത്. ഇത്തിക്കര പക്കി എന്നാണ് അയാൾ അറിയപ്പെട്ടിരുന്നത്.

പക്ഷേ, ശരിക്കും പേര് മുഹമ്മദ് അബ്ദുൾ ഖാദർ എന്നായിരുന്നു. ഒരു മത്സ്യക്കച്ചവടക്കാരനായിരുന്നു അയാളുടെ അച്ഛൻ.

ഇത്തിക്കര പക്കിയും, കായംകുളം കൊച്ചുണ്ണിയും അറിയപ്പെട്ടിരുന്നത് കള്ളന്മാർ എന്നായിരുന്നു.

പക്ഷേ, അവർ അക്കാലത്തു നടത്തിയിരുന്ന മോഷണവും ഇന്നത്തെക്കാലത്തെ മോഷണവും തമ്മിൽ ഒരു പാട് വ്യത്യാസമുണ്ട്. അക്കാലത്ത് എങ്ങും ദാരിദ്ര്യമാണെന്നു പറഞ്ഞിരുന്നല്ലോ.

മാർത്താണ്ഡവർമ്മയുടെ കാലത്ത്, നമ്മുടെ കായംകുളവും കൊല്ലവും ഒക്കെ തിരുവിതാംകൂറിൽ ചേർത്തു കഴിഞ്ഞിരുന്നു.

വലിയ രാജാവ് ഭരിച്ചാലും, നാടുവാഴികൾ ഭരിച്ചാലും പാവങ്ങളുടെ കാര്യം കഷ്ടത്തിലാണ്.

വല്ല ചേനയും കാച്ചിലും, ചേമ്പും, ചക്കയുള്ള കാലത്ത് ചക്കയും ഒക്കെയാണ് ഭക്ഷണത്തിനുള്ള വക. നെല്ല് ഉള്ള വീടുകൾ കുറവ്.

അത് പാവപ്പെട്ടവർക്ക് കിട്ടാൻ വലിയ പ്രയാസമാണ്.

എല്ലാം നിയന്ത്രിക്കുന്ന ചില പ്രമാണിമാരുണ്ടാവും.

അവർ കനിയണം കൂലി പോലും കിട്ടാൻ.

കൂലിയായി നൽകുന്നതും നെല്ലാണ്.

ആ നെല്ലിലും അളവിൽ കുറവ് വരുത്തും.

അങ്ങനെ പട്ടിണിയിലാവുന്ന ജനങ്ങളുടെ പട്ടിണികണ്ട് സഹിക്കാതെ തീരെ ദുഷ്ടത്തരം കാട്ടുന്ന പ്രമാണിമാരുടെ വീടുകളിൽ കയറി ബലമായി നെല്ലും മറ്റുവകകളും എടുത്ത് പാവങ്ങൾക്കു നൽകുകയാണ് ഇവർ ചെയ്തിരുന്നത്.

സ്വഭാവികമായും സാധാരണ ജനങ്ങൾ ഇവർ രണ്ടു പേരേയും ദൈവത്തേപ്പോലെ കണ്ടപ്പോൾ മറുഭാഗം ഇവരെ കള്ളന്മാർ എന്നു വിളിച്ചു.

കൊച്ചുണ്ണി കായംകുളം കായലിൽ ഓടിവള്ളത്തിൽ സഞ്ചരിച്ച് കവർച്ച ചെയ്തിരുന്നു. ഇത്തിക്കര പക്കി ആറ്റിങ്ങൽ ഭാഗം വരെയൊക്കെ ചെന്ന് പ്രമാണിമാരെ ആക്രമിച്ചതായി കഥകളുണ്ട്.

ഇനി ഈ രണ്ടുപേരും എങ്ങനെയാണ് കണ്ടുമുട്ടിയത് എന്നു പറയണ്ടേ?

ഇത്തിക്കര പക്കി ഒരിക്കൽ ഒരു പ്രമാണി, അയാളുടെ കീഴിൽ പണിയെടുക്കുന്നവരെ ക്രൂരമായി ഉപദ്രവിക്കുന്നതായി അറിഞ്ഞു. അയാളെ വെറുതേ വിട്ടാൽ പറ്റില്ല എന്നു പക്കി നിശ്ചയിച്ചു.

അങ്ങനെ, ഒരു രാത്രി കൂട്ടുകാരുമായി എത്തി അയാളുടെ പത്തായപ്പുര ആക്രമിച്ചു.

അക്കാലത്ത് എല്ലാ വീടുകളിലും പത്തായം ഒന്നും ഉണ്ടാകില്ല. വലിയ പ്രമാണിമാരുടെ വീട്ടിൽ നെല്ലുസൂക്ഷിക്കാൻ വേണ്ടി ഒരു കെട്ടിടം ഉണ്ടാകും.

അതിലാണ് വലിയ പത്തായം ഉണ്ടാവുക.

ആ പുരയ്ക്ക് പത്തായപ്പുര എന്നു പറയും.

ഈ പത്തായപ്പുരയുടെ താക്കോൽ വീട്ടുകാർന്നവരുടെ കൈയ്യിലാവും. കുടുംബ ചെലവിനു വേണ്ട നെല്ല് കാര്യസ്ഥമാരാകും അളന്ന് നൽകുക.

പത്തായപ്പുരയുടെ വലിപ്പം അക്കാലത്തെ പ്രതാപം സൂചിപ്പിക്കുന്ന ഒന്നായിരുന്നു.

അത്തരം ഒരു പത്തായപ്പുരയാണ് പക്കിയുടെ നേതൃത്വത്തിൽ കൊള്ളയടിച്ചത്.

തിരികെ മടങ്ങുമ്പോൾ പക്കി അവിടുത്തെ കാർന്നവരുടെ അറ

യിൽക്കൂടി ഒന്നു കയറി.

അയാളാകട്ടെ ഒരു തലയിണയും കെട്ടിപ്പിടിച്ച് നിലവിളിക്കുകയാണ്. പണ്ടവും പണവും ഒക്കെ കുറച്ച് കിട്ടിയതുമായി അറയിൽ നിന്നും പുറത്തു കടക്കുമ്പോൾ പക്കി അയാളുടെ തലയണ കൂടി കൈക്കലാക്കി.

അയാൾ അതോടെ വലിയ വായിൽ അലമുറയിടാൻ തുടങ്ങി.

അതു കണ്ട പക്കിക്ക് സംശയമായി.

പക്കി, ആ തലയിണ വലിച്ചു കീറി.

നോക്കുമ്പോഴെന്താ, അതിൽ നിറയെ അമൂല്യങ്ങളായ രത്നങ്ങളും ആഭരണങ്ങളും പവിഴങ്ങളുമൊക്കെയായിരുന്നു.

ഒട്ടും വൈകാതെ അവയൊക്കെ എടുത്ത് പക്കി അവിടെ നിന്നും പുറത്തു കടന്നു.

പിറ്റേന്നു തന്നെ അവയൊക്കെ അന്നാട്ടിലെ അടിമപ്പണിക്കാർക്കിടയിൽ വിതരണം ചെയ്തു.

കൊച്ചുണ്ണിയും ഇത്തിക്കര പക്കിയും നേർക്കുനേർ കണ്ടതിനെക്കുറിച്ചു പറയാം ഇനി.

ഒരിക്കൽ ഒരു രാത്രി, കരുനാഗപ്പള്ളി ഭാഗത്തു കൂടി കൊച്ചുണ്ണി സഞ്ചരിക്കവേ ആണ് തന്നെപ്പോലെ നല്ല പൊക്കവും, അതിനൊത്തവണ്ണവും, ആരേയും കൂസാത്ത ഭാവവും ഉള്ള മറ്റൊരാളെ കാണുന്നത്.

അയാളും കൊച്ചുണ്ണിയെ കണ്ട് ഒന്ന് അമ്പരന്നു.

അവർ തമ്മിൽ ഒന്നും രണ്ടും പറഞ്ഞ് തർക്കമായി.

തർക്കം തല്ലിലെത്തി.

പക്ഷേ, ആ ഘട്ടത്തിൽ രണ്ടു പേർക്കും ഒരു കാര്യം മനസ്സിലായി. തമ്മിൽ പോരടിച്ചാൽ ആരും ജയിക്കാൻ പോകുന്നില്ല. അവർ തുല്യശക്തികൾ ആണെന്നു പരസ്പരം ബോധ്യപ്പെട്ടു.

അതോടെ അവർ ശത്രുത വെടിഞ്ഞു ചങ്ങാത്തത്തിലായി.

അവർ പരസ്പരം ചതിക്കില്ലെന്നു വാക്കു കൊടുത്തു.

അവരുടെ സൗഹൃദം അവിടെ ആരംഭിച്ചു.

പിന്നീടുള്ള പല കവർച്ചകളിലും രണ്ടു പേരും ഒന്നിച്ചു ഇടപെട്ടിട്ടുണ്ട്.

കൊച്ചുണ്ണി ഒളിവിൽ കഴിഞ്ഞിരുന്ന സമയങ്ങളിലും ഇത്തിക്കര പക്കി സഹായവുമായി കൂടെനിന്നിരുന്നു.

ഒരർത്ഥത്തിൽ പറഞ്ഞാൽ അവർ രണ്ടു പേരും സമൂഹത്തിൽ ഉള്ളവനും ഇല്ലാത്തവനും തമ്മിലുള്ള അന്തരം ഇല്ലാതാക്കാൻ

പ്രയത്നിച്ചിരുന്നവരാണ്. അന്നത്തെ കേരളത്തിന്റെ അവസ്ഥ അത്രക്കു ദയനീയമായിരുന്നു.

ഉയർന്ന ജാതിക്കാർ ജോലി യാതൊന്നും ചെയ്യാൻ പാടില്ല. താഴേക്കിടയിൽ ഉള്ളവർ, അവർക്കു പറഞ്ഞിട്ടുള്ള ജോലികൾ മാത്രമേ ചെയ്തു കൂടൂ.

അങ്ങനെ വരുമ്പോൾ ബഹുഭൂരിപക്ഷം പാവപ്പെട്ടവർ കഠിനമായി അധ്വാനിച്ചിട്ടും പട്ടിണി കിടന്നുകൊണ്ട് സമ്പന്നരെ ഊട്ടണമായിരുന്നു. കൊച്ചുണ്ണിയും ഇത്തിക്കര പക്കിയും ഒക്കെ അതിനെതിരായി നിലകൊള്ളുകയാണ് ചെയ്തത്.

മരണം വരെ രണ്ടു പേരും ആത്മമിത്രങ്ങളായി തുടർന്നു.

ഇനി കൊച്ചുണ്ണിയുടെ സ്വഭാവത്തെക്കുറിച്ച് ശരിക്കും വിശദമാക്കുന്ന ചില സംഭവങ്ങൾ ഉണ്ട്.

അതേക്കുറിച്ച് പറഞ്ഞു തരാം. അച്ഛമ്മ തുടർന്നു.

'കുടുംബമൊക്കെ ആയിട്ടും കൊച്ചുണ്ണിയുടെ സ്വഭാവത്തിന് ഒരു മാറ്റവും വന്നിരുന്നില്ല. മോഷണമുതൽ സ്വന്തം സമ്പത്ത് വർദ്ധിപ്പിക്കാനാണ് എന്നയാൾ ചിന്തിച്ചിരുന്നില്ല.

തീരെ നിവർത്തിയില്ലാത്ത ഘട്ടത്തിൽ വലിയ ധനവാന്മാരോട് തനിക്ക് ഇത്ര പണം വേണമെന്ന് പറയും, ചിലപ്പോൾ നെല്ല് വേണമെന്നാവും പറയുക.

അത് നൽകിയാൽ കുഴപ്പമില്ല, പലപ്പോഴും അത് അൽപം പലിശയും ചേർത്ത് മടക്കിക്കൊടുക്കാറുമുണ്ട്. എന്നാൽ ചോദിച്ചിട്ടു കൊടുത്തില്ലെങ്കിൽ നാലുദിവസത്തിനകം കൊച്ചുണ്ണി അയാളെ കൊള്ളയടിക്കുകതന്നെ ചെയ്യും.

എന്നാൽ ആ കൊള്ളമുതൽ പങ്കിട്ടെടുത്ത് ഒരോഹരി മാത്രമേ അവൻ സ്വന്തം ആവശ്യത്തിനായി എടുത്തിരുന്നുള്ളൂ.

കളവുമുതൽ ആവശ്യത്തിലേറെ കൈവശം വക്കില്ല എന്നൊരു നിർബന്ധം അയാൾക്ക് ഉണ്ടായിരുന്നു.

അയാളുടെ ചുറ്റുപാടും ഉള്ളവർ ദരിദ്രരിൽ ദരിദ്രരായിരുന്നു.

അവർക്ക് കായംകുളം കൊച്ചുണ്ണി ഈശ്വരതുല്യനായിത്തീർന്നു.

കൊച്ചുണ്ണിയുടെ സഹായംകൊണ്ട് പലരും ജീവിതത്തിൽ നല്ല അവസ്ഥയിൽ എത്തിച്ചേർന്നു.

അക്കാലത്ത് ജാതിചിന്ത വളരെ കർശനമായിരുന്നിട്ടും മേൽജാതി കീഴ്ജാതി ഭേദമില്ലാതെ ദരിദ്രർ കൊച്ചുണ്ണിയിൽനിന്നും സഹായം കൈപ്പറ്റി ജീവിച്ചു.

കൊച്ചുണ്ണിയുടെ ജീവിതത്തെക്കുറിച്ചു ധാരാളം കഥകൾ അക്കാ

ലത്ത് ആളുകൾ പറഞ്ഞിരുന്നു.

അതിലൊന്ന് ഇങ്ങനെയാണ്, അതായത് കൊച്ചുണ്ണി കൺകെട്ടും ജാലവിദ്യയും ആൾമാറാട്ടവും ഒക്കെ പഠിച്ചിരുന്നു എന്നു പറഞ്ഞില്ലേ? അതൊക്കെ വളരെ അത്യാവശ്യത്തിനു മാത്രമേ പ്രയോഗിക്കാവൂ എന്ന ഗുരുവിന്റെ നിർദ്ദേശം കൃത്യമായി പാലിച്ചിരുന്നു കൊച്ചുണ്ണി.

എന്നാലും ഇടക്ക് ഒരാശ വരും, പഠിച്ചത് ഒന്ന് പ്രയോഗിച്ചാലോ എന്ന്.

ഏതായാലും അതിനൊരു അവസരം ഒത്തുവന്നു.

കൊച്ചുണ്ണിയുടെ സ്വദേശമായ കീരിക്കാട്ട് ഒരു ധനവാനായ നായർ കാരണവർ ഉണ്ടായിരുന്നു.

അയാൾ കുടുംബകാര്യങ്ങൾ അന്വേഷിക്കുമ്പോഴും താമസം ഭാര്യവീട്ടിൽ ആയിരുന്നു.

അങ്ങനെയിരിക്കേ അയാൾ ഭാര്യക്ക് പുതുതായി ഒരു വീട് പണികഴിപ്പിച്ചു കൊടുക്കാൻ തീരുമാനിച്ചു.

സാധാരണ അക്കാലത്തു വയ്ക്കുന്ന വീടുപോലെ അല്ല, മോഷ്ടാക്കളെ പേടിച്ച് അകത്ത് മരവും പുറത്തു കൽഭിത്തിയുമൊക്കെയായി നല്ല ബലത്തിലാണ് ഉണ്ടാക്കിയിരുന്നത്.

വീടിന്റെ പണി നടക്കുമ്പോൾ ഒരാൾ ഇതുകണ്ട് ചോദിച്ചു, തടിയോ കൽഭിത്തിയോ ഒന്നുപോരെ എന്ന്. അപ്പോൾ അയാൾ പറഞ്ഞു, 'കൊച്ചുണ്ണിയുടെ കാലമല്ലേ? രണ്ടുംവേണം. ഇതു രണ്ടും കുത്തിപ്പൊളിച്ച് കയറാൻ അവന് സാധിക്കില്ലല്ലോ' എന്ന്.

ഈ സംഭാഷണം കൊച്ചുണ്ണിയുടെ കാതിലും എത്തി.

തൽക്കാലം കൊച്ചുണ്ണി അനങ്ങിയില്ല.

വീടുപണിയൊക്കെക്കഴിഞ്ഞു.

ഒരു ദിവസം അന്നാട്ടിൽ ഒരാൾക്ക് ആയിരം രൂപ ആവശ്യമായി വന്നു.

കൃഷ്ണൻനായർ എന്നായിരുന്നു അയാളുടെ പേര്.

ഏകദേശം രണ്ടായിരം രൂപ മതിപ്പുള്ള ആഭരണങ്ങൾ ഇയാളുടെ അടുത്ത് പണയമായി കൊടുത്ത് ആയിരം രൂപ അവർ കൈപ്പറ്റി. ഈ വിവരവും കൊച്ചുണ്ണി അറിഞ്ഞു.

അങ്ങനെയിരിക്കെ കൊച്ചുണ്ണിക്ക് കുറച്ചു ഞെരുക്കം വന്നപ്പോൾ ഇയാളോടുചെന്ന് അല്പം കാശ് കടം ചോദിച്ചു.

അയാൾ പറഞ്ഞു, 'ചെലവിന് കാശില്ല അല്ലേ? അതുതരാം. പക്ഷേ, അത് കൊച്ചുണ്ണിയെ പേടിച്ചല്ല, മാത്രവുമല്ല എന്റെ വീട്ടിൽ

കയറാൻ കൊച്ചുണ്ണിക്ക് സാധിക്കുകയുമില്ല.' മറുപടിയായി കൊച്ചുണ്ണി പറഞ്ഞു, 'ഞാൻ കയറാനും മോഷ്ടിക്കാനും ഉദ്ദേശിച്ച മുതലാണെങ്കിൽ ഏതു വലിയ പെട്ടിയിൽ ഒളിപ്പിച്ചാലും അതെന്റെ കൈയിൽ എടുത്തു തരാൻ ഇവിടെത്തന്ന ആളുണ്ടാവും' എന്നിട്ട് കൂടുതൽ ഒന്നുംപറയാതെ കൊച്ചുണ്ണി തൽക്കാലം കിട്ടിയ കാശുമായി മടങ്ങി.

സത്യത്തിൽ കൊച്ചുണ്ണി ധർമസങ്കടത്തിലായി.

ഇനി ഇയാളോട് അക്രമം പ്രവർത്തിക്കാൻ പറ്റില്ല.

പക്ഷേ, ഇയാളെ ഒരു പാഠം പഠിപ്പിക്കുകയും വേണം.

അതിനെന്ത് വഴി?

ഏതായാലും വഴി കണ്ടെത്തണം, സമയം വരും.

കൊച്ചുണ്ണി കാര്യമായി ആലോചിച്ചു.

ഒരുദിവസം വൈകുന്നേരം ഏറെ വൈകി, ദേഹത്ത് എണ്ണയൊക്കെ തേച്ചുപിടിപ്പിച്ച് നായര് കുളത്തിൽ കുളിക്കാൻ പോയി.

കുറച്ചുസമയത്തിനുള്ളിൽ അയാൾ തിരിച്ചുവന്ന് ഭാര്യയെ ഉറക്കെ വിളിച്ചു. അവർ ഇറങ്ങിച്ചെന്നു.

അരണ്ട വെളിച്ചത്തിൽ ഭാര്യ, ഒറ്റത്തോർത്ത്, മേലാകെ എണ്ണ തേച്ചു നിൽക്കുന്ന ഭർത്താവിനെക്കണ്ടു.

ഇതെന്തു പറ്റി കുളിക്കാൻ പോയ ആൾ തിരികെ വരാൻ?

അവർ ഓർത്തു.

അപ്പോൾ ഭർത്താവ് പറഞ്ഞു, 'എടീ നമ്മടെ അകത്തെ മുറിയിലെ അലമാരയിൽ അന്ന് കൃഷ്ണൻനായർ പണയം വച്ച പണ്ടം ഇരിപ്പുണ്ട്.

ഈ ആയിരം രൂപയുടെ പൊതി അവിടെവച്ച് ആ പണ്ടത്തിന്റെ പൊതിയിങ്ങ് എടുത്തുകൊണ്ടുവാ.

ദേഹം മുഴുവൻ എണ്ണയാണ്. ഞാൻ അകത്തേക്ക് കയറുന്നില്ല.'

അതുകേട്ട് ഭാര്യ, ഭർത്താവു പറഞ്ഞതുപൊലെ പട്ടുകൊണ്ടു പൊതിഞ്ഞ ആയിരം രൂപ അകത്തുവച്ച്, ആഭരണം തിരികെ ഭർത്താവിന്റെ തന്നെ കൈയിൽ കൊടുത്തു.

അയാൾ അതുമായിപ്പോയി.

ദിവസങ്ങൾ കടന്നു പോയി.

ഒരു ദിവസം വൈകുന്നേരം കൃഷ്ണൻനായരുണ്ട് ഒരു പൊതിയുമായിവന്ന് അത് ഇവിടെത്തെ നായരുടെ മുന്നിൽ വച്ചിട്ട് പറഞ്ഞു, 'ഇതാ താങ്കളോടു വാങ്ങിയ പണവും പലിശയും, ഇനി സ്വർണമിങ്ങു തരണം.'

'അതു കേട്ട്, കാശ് എണ്ണിനോക്കിയശേഷം നായർ അകത്തു നിന്നും ഭാര്യയെ വിളിച്ചിട്ട്, 'നീ ഈ കാശ് അകത്ത് വച്ചിട്ട് അന്ന് കൃഷ്ണൻനായർ പണയം വച്ച മുതലിങ്ങ് എടുത്തുകൊണ്ടുവാ' എന്നു പറഞ്ഞു.

അതുകേട്ട് ആ പാവം വാ പൊളിച്ചു.

'അല്ല, നിങ്ങളല്ലേ അന്ന് ആഭരണം ഇവരെ ഏൽപ്പിക്കാൻ എന്നുപറഞ്ഞ് അകത്തുനിന്നും എടുപ്പിച്ചത്? ഇവർ തന്നു എന്നും പറഞ്ഞ് കുറേ കാശ് പട്ടിൽ പൊതിഞ്ഞത് അകത്തു വച്ചതും അല്ലേ?'

അതുകേട്ട് കാർന്നവർ ആകെ ഭയന്നു.

ഇവിളത് എന്ത് അസംബന്ധമാണു പറയുന്നത്?

രണ്ടായിരം രൂപയുടെ സ്വർണം ഇവൾ ആർക്കാണ് എടുത്തു കൊടുത്തത്?

ഭാര്യ ആകെ പരിഭ്രമിച്ചു.

തന്റെ ഭർത്താവിന് ഇത് എന്താണ് പറ്റിയത്?

പിച്ചും പേയും പറയുകയാണോ?

അവർക്ക് കൈയ്യും കാലുമൊക്കെ തളർന്ന മട്ടായി.

അവർ വേഗം അകത്തുപോയി പട്ടുകൊണ്ടു പൊതിഞ്ഞ വസ്തു എടുത്തുകൊണ്ടുവന്നു.

അവർ അത് തുറന്നുനോക്കുമ്പോൾ വെറും കരിങ്കൽച്ചീളുകൾ!

അതുകണ്ട് കാർണവർ ദേഹം തളർന്ന് ഇരിപ്പായി.

അതുകണ്ട് ഭാര്യ അന്നുനടന്നതൊക്കെ വള്ളിപുള്ളി വിടാതെ പറഞ്ഞു.

അതോടെ അവരെ ആരോ പറ്റിച്ചതാണെന്ന് ബോധ്യപ്പെട്ടു.

പക്ഷേ, അതുപറഞ്ഞിട്ടു കാര്യമുണ്ടോ?

പണയപ്പണ്ടം തിരിച്ചു നൽകിയല്ലേ പറ്റു.

കാശുമായി വന്ന ആൾ എല്ലാം കണ്ടുനിൽക്കുകയുമാണ്.

എന്തു ചെയ്യും?

ഒന്നുകിൽ പണ്ടം തിരിച്ച് നൽകണം.

അല്ലെങ്കിൽ കാശ് നൽകണം.

ഒടുവിൽ കാർന്നോർ പറഞ്ഞു, 'രണ്ടായിരം രൂപ ഞാൻ നൽകാം. അത്രയും തുകയ്ക്കുള്ള ആഭരണമാണല്ലോ ഇവിടെ ഏൽപ്പിച്ചത്. പക്ഷേ, നടന്നതൊന്നും ആരോടും പറയരുത്. കൊണ്ടുവന്നിരിക്കുന്ന തുക നിങ്ങൾ തിരികെ കൊണ്ടുപോകണം. ബാക്കി ഉടമ്പടി എഴുതിത്തരാം, അതനുസരിച്ച് തന്നുതീർത്തുകൊള്ളാം.'

'ആ പറഞ്ഞത് രണ്ടുകൂട്ടർക്കും സ്വീകാര്യമായി. അങ്ങനെ, ആയിരംരൂപ തിരികെവാങ്ങി കൃഷ്ണൻനായർ മടങ്ങി. പക്ഷേ, കാർന്നോരുടേയും ഭാര്യയുടേയും സങ്കടം തീർന്നില്ല.

കബളിപ്പിക്കപ്പെട്ടിരിക്കുന്നു.

അവരുടെ വിഷമം തീർത്താൽ തീരാത്തതായിരുന്നു.

അപ്പോഴുണ്ട് അവിടേക്ക് കൊച്ചുണ്ണി ഒരു പൊതിയുമായി കയറിവരുന്നു. ആ സമയത്ത് അവിടേക്കുവന്ന കൊച്ചുണ്ണിയെക്കണ്ട് കാർന്നോർ കൂടുതൽ ഭയപ്പെട്ടു.

എന്നാൽ ഒരു പൊതി അയാളുടെ മുന്നിൽ വച്ചിട്ട് തുറന്നു നോക്കാനാണ് കൊച്ചുണ്ണി ആവശ്യപ്പെട്ടത്.

പൊതിയഴിച്ചു നോക്കുമ്പോഴെന്താ?

അന്നയാൾ പണയമായി വാങ്ങി വച്ച അതേ പണ്ടങ്ങൾ!

കാർന്നോരും ഭാര്യയും കണ്ണുംതള്ളി നിന്നപ്പോൾ കൊച്ചുണ്ണി പറഞ്ഞു, 'നിങ്ങൾ എന്നെ ഒന്നു വെല്ലുവിളിച്ചു.

അതുകൊണ്ട് ചെയ്തതാണ്.

എനിക്ക് നിങ്ങളെ വിഷമിപ്പിക്കാനും പണം അപഹരിക്കാനും ഒരു ഉദ്ദേശ്യവും ഉണ്ടായിരുന്നില്ല. പക്ഷേ, ഒരിക്കലും ആർക്കും അപഹരിക്കാനാകാത്ത വിധമാണ് നിങ്ങൾ ഈ വീടുപണിതത് എന്ന ചിന്ത ഒരു ഭാവം ഉണ്ടായിരുന്നല്ലോ, അതൊന്നു മാറ്റണം എന്നു തോന്നി. അതിനാണ് ഞാൻ ഇങ്ങനെ ചെയ്തത്.

ഏതായാലും പണ്ടം തിരികെ അവർക്കു നൽകി അങ്ങേക്കു നഷ്ടമായ പണവും ഉടമ്പടിയും മടക്കി വാങ്ങണം.'

ഇത്രയും കേട്ടപ്പോൾ കാർന്നോർക്ക് പോയ ശ്വാസം തിരിച്ചുകിട്ടി. അയാളുടെ തല കുനിഞ്ഞു.

രണ്ടായിരം രൂപയുടെ സ്വർണം കൈക്കലാക്കിയിട്ടും അതിൽ ഒരു പണത്തൂക്കം പോലും കുറവു വരാതെ തിരികെ ഏൽപ്പിക്കുന്ന ആളെ കള്ളനെന്നു വിളിക്കാനാകുമോ?

അയാളുടെ കണ്ണു നിറഞ്ഞു.

അപ്പോഴും പാവം ആ കാർന്നോരുടെ ഭാര്യക്ക് അന്നു നടന്നത് എന്തെന്നു പിടികിട്ടിയില്ല.

അവരുടെ സംശയത്തിന് കൊച്ചുണ്ണി മറുപടിയൊന്നും പറഞ്ഞില്ല. പക്ഷേ, കൺകെട്ടും ആൾമാറാട്ടവും തനിക്കു വശമായി എന്നു മാത്രം കണക്കുകൂട്ടി അവിടെ നിന്നും മടങ്ങി.'

ഇക്കാര്യങ്ങൾ നാട്ടിലെങ്ങും പാട്ടായി.

കൊച്ചുണ്ണി വെറുമൊരു മോഷ്ടാവു മാത്രമല്ല, നല്ല മഹേന്ദ്രജാ

ലക്കാരൻ കൂടിയാണെന്നു നാട്ടിൽ പലരും പറഞ്ഞുനടന്നു. പല ഇല്ലാക്കഥളും ഉയർന്നെങ്കിലും അതൊക്കെ കേട്ട് കൊച്ചുണ്ണി ചിരിച്ചതേയുള്ളു. ഒന്നും തിരുത്താനും പോയില്ല, മറുത്തൊന്നും ന്യായീകരിക്കാനും മുതിർന്നില്ല. എന്നാൽ പിന്നീട് അത്തരം ഇന്ദ്രജാലം ആരുടെയും മുന്നിൽ പ്രകടിപ്പിക്കാൻ കൊച്ചുണ്ണി തയ്യാറായില്ല.

കായംകുളത്തെ പലരുടെയും പത്തായപ്പുരകളിൽ നിന്നും ആവശ്യത്തിനുള്ള നെല്ലും അരിയുമൊക്കെയെടുത്ത് പട്ടിണിപ്പാവങ്ങൾക്ക് നൽകി അങ്ങനെ കൊച്ചുണ്ണി നാട്ടിലെ ഒരു കൊച്ചുരാജാവായി മാറുകയായിരുന്നു.

വെറും മോഷ്ടാവ് എന്ന പേര് പതുക്കെ മാറി വന്നുവെങ്കിലും ധനാഢ്യർക്ക് മുന്നിൽ കൊച്ചുണ്ണി എന്നും കള്ളനായി തന്നെ അറിയപ്പെട്ടു. അതു പതുക്കെ രാജകേസരികളുടെ ചെവിയിലുമെത്തി.

൦൦

6

കൊച്ചുണ്ണിയുടെ സാഹസം

കുഞ്ഞാറ്റയ്ക്ക് സ്ക്കൂൾ ഉണ്ടായിരുന്നതുകൊണ്ട് അച്ഛമ്മയ്ക്ക് കഥ പറച്ചിലിന് രണ്ടു ദിവസം അവധി കിട്ടിയിരുന്നു.

വൈകുന്നേരം പിടിപ്പതു ഹോംവർക്കുകളും കൂടി ആയപ്പോൾ കുഞ്ഞാറ്റ കൊച്ചുണ്ണിയെ മറന്നു എന്നതാണ് സത്യം.

പക്ഷേ, വെള്ളിയാഴ്ച വൈകുന്നേരം കൃത്യമായി കുഞ്ഞാറ്റ അച്ഛമ്മയുടെ പിന്നാലെ എത്തി.

'അച്ഛമ്മേ ബാക്കി പറയൂ'

'എന്ത് ബാക്കി?'

'കൊച്ചുണ്ണിയുടെ കഥയുടെ ബാക്കി, എന്താ ഞാൻ മറന്നുവെന്നു കരുതിയോ അച്ഛമ്മ?'

'അപ്പോ ശരിക്കും കുഞ്ഞാറ്റ അത് മറന്നില്ലേ?'

'ഇല്ല'

'ന്നാ വാ... അടുത്ത കഥ കേട്ടോ...'

'ഇത് ഒരു തിരുന്നാവായക്കാരനായ വാദ്ധ്യാൻനമ്പൂരിയുമായി ബന്ധപ്പെട്ട് ഉണ്ടായ സംഭവമാണ്.

തിരുവനന്തപുരത്ത് പത്മനാഭസ്വാമി ക്ഷേത്രത്തിൽ മുറജപം നടക്കുന്ന സമയം.

മാർത്താണ്ഡവർമ്മ മഹാരാജാവാണ് ഈ മുറജപം തുടങ്ങിവച്ചത്. രാജ്യഭരണത്തിൽ നീതി നടപ്പാക്കുമ്പോഴും, യുദ്ധത്തിലും മറ്റുമുണ്ടാകുന്ന മനഃപൂർവ്വമല്ലാതെ സംഭവിക്കുന്ന പാപങ്ങളുടെ പരിഹാരക്രിയയെന്ന നിലയിലാണ് മുറജപം നടത്തിയിരുന്നത്.

അതിനുവേണ്ടി വേദം പഠിച്ചവർ അമ്പത്തിയാറു ദിവസം പത്മനാഭസ്വാമി ക്ഷേത്രത്തിൽ ഇരുന്ന് മന്ത്രങ്ങൾ തുടർച്ചയായി

ചൊല്ലും. ഇക്കാലയളവിൽ തിരുവിതാംകൂർ രാജാവ് എഴുന്നെള്ളി സ്വാമിക്ക് ഒരു ആനയെ നടക്കിരുത്തിയിരുന്നു.

ഇതിൽ പങ്കെടുക്കാൻ തിരുന്നാവായ, തൃശ്ശൂർ യോഗങ്ങളിൽ നിന്നൊക്കെ ആളുകൾ വരും.

ആഴ്വാഞ്ചേരി തമ്പ്രാക്കൾ എന്ന് അറിയപ്പെടുന്ന ബ്രാഹ്മണസമുദായത്തിലെ ഉന്നതസ്ഥാനക്കാരും മുറജപത്തിൽ പങ്കെടുത്തിരുന്നു. മുറജപത്തിൽ പങ്കെടുക്കുന്നവർക്ക് വലിയ പാരിതോഷികങ്ങൾ ലഭിച്ചിരുന്നു.

അതുകൊണ്ട് എത്ര ദൂരെനിന്നും തിരുവനന്തപുരത്ത് എത്താൻ ശ്രമിക്കുമായിരുന്നു ബ്രാഹ്മണർ അക്കാലത്ത്.

ഏതായാലും അങ്ങനെ, മുറജപത്തിൽ തിരുന്നാവായ നിന്നും വന്നു പങ്കെടുത്ത ഒരു വാദ്ധ്യാർക്ക് അദ്ദേഹത്തിന്റെ അച്ഛന്റെ ശ്രാദ്ധമൂട്ടുന്നതിനായി പെട്ടെന്നു മടങ്ങേണ്ടി വന്നു.

മുറജപം നടക്കുന്നതിനാൽ തിരികെ തിരുന്നാവായ വരെ പോകണ്ട, കോട്ടയം കുടമാളൂർ ഉള്ള ബന്ധുവീടുവരെ എത്തിയാൽ മതി. മഹാരാജാവിനോട് അനുമതിയും വാങ്ങി അദ്ദേഹം യാത്ര പുറപ്പെട്ടു.

വൈകുന്നേരം തിരുവനന്തപുരത്തു നിന്നും വള്ളത്തിൽ കയറി പിറ്റേന്ന് പുലർച്ചെ വർക്കലയിൽ എത്തി.

അന്നൊക്കെ ഇതുപോലെ റോഡുകൾ ഇല്ല.

ദീർഘദൂര യാത്രയൊക്കെ വഞ്ചിയിലും വലിയ കെട്ടുവള്ളത്തിലുമാണ്. എന്തിന് വേനൽക്കാലമാകുമ്പോൾ പുഴയിൽത്തന്നെ ആളുകൾ പാർക്കുന്ന വഞ്ചിവീടുകൾ പോലും ഉണ്ടായിരുന്നു.

ഏതായാലും വാദ്ധ്യാൻ രാവിലെ സന്ധ്യാവന്ദനം ഒക്കെ ചെയ്ത് വർക്കലയിൽനിന്നും വഞ്ചിയിൽ കയറി വൈകുന്നേരത്തോടെ കൊല്ലത്ത് എത്തി.

ഇനി കൊല്ലത്തു നിന്നും അമ്പലപ്പുഴ എത്തണം.

അവിടുന്ന് കുടമാളൂരും.

ദിവസങ്ങൾ നീണ്ട യാത്രയാണ്.

അതിനാൽ രാത്രിതന്നെ യാത്ര പുറപ്പെടണം.

ഏതായാലും ബോട്ടുകാരോട് കാര്യം പറഞ്ഞു.

അവർ പറഞ്ഞു, 'സ്വാമി, ഇനി പോകേണ്ടത് കായംകുളം വഴിയാണ്. കായംകുളം കൊച്ചുണ്ണി എന്നു പേരുള്ള ഒരു കള്ളനും അവന്റെ കൂട്ടാളികളും കായലിൽ പിടിച്ചുപറിക്കായ് രാത്രിയിൽ പതുങ്ങിയിരിപ്പുണ്ടാകും.

അവരുടെ കൈയിൽപ്പെട്ടാൽ ഉയിരും പോകും സാധനങ്ങളും നഷ്ടമാകും. അതു കൊണ്ട് രാത്രിയാത്ര അരുതേ.'

അതു കേട്ടിട്ടും വാദ്ധ്യാർസ്വാമി കുലുങ്ങിയില്ല, 'ധർമ്മരാജാവ് നാടുവാഴുമ്പോൾ ഏതു തെമ്മാടിയേയും ഭയക്കരുത്. നിങ്ങൾ വള്ളമിറക്ക് ബാക്കി ഞാൻ നോക്കാം.'

രാത്രിയിൽ വഞ്ചിയിൽ പോകുമ്പോൾ ആഴം കുറഞ്ഞ ഭാഗം വലിയ നീളമുള്ള മുളകൊണ്ട് കുത്തി ഊന്നിയാണ് വഞ്ചി മുന്നോട്ടു കൊണ്ടു പോകുക.

ആഴം കൂടിയ ഭാഗം തുഴഞ്ഞു പോകും.

രണ്ടായാലും തുഴ വീഴുന്ന ശബ്ദം അകലേക്കു കേൾക്കാനാകും.

അക്കാലത്ത് മോട്ടോർ വാഹനങ്ങളില്ല എന്ന് ഓർക്കണം.

രാത്രിയിൽ മറ്റു ശബ്ദങ്ങൾ ഒന്നുമില്ലാത്തതിനാൽത്തന്നെ കായലിലൂടെ പോകുന്ന വഞ്ചികളെക്കുറിച്ച് കൊച്ചുണ്ണിക്കും കൂട്ടർക്കും അറിയാൻ സാധിക്കും.

ശബ്ദം കേട്ട ദിക്കിലേക്ക് നിമിഷനേരം കൊണ്ട് അവർ എത്തിപ്പെടുകയും ചെയ്യും.

ഇതൊക്കെ അറിയുന്ന വള്ളക്കാർ ഒരു കാരണവശാലും രാത്രി വള്ളമിറക്കാൻ ധൈര്യപ്പെടാറില്ല.

ഏതായാലും വാദ്ധ്യാർസ്വാമിയുടെ ധൈര്യത്തിൽ പണിക്കാർ വള്ളമിറക്കി.

പാതിരാവിൽ കായംകുളം ഭാഗത്തുകൂടി വള്ളം നീങ്ങുമ്പോൾ പെട്ടെന്നൊരു ശബ്ദം കേട്ടു, 'ആരാണ് വഞ്ചിയിൽ? വഞ്ചി അവിടെ നിൽക്കട്ടെ' എന്നാണ് ആ ശബ്ദം.

അതോടെ ബോട്ടുകാർ പേടിച്ചു.

കൊച്ചുണ്ണി തന്നെ.

അവർ കിടുകിടാ വിറച്ചു.

അപ്പോഴേക്കും തണ്ടുവച്ച ഒരു ഓടിവള്ളം അവിടെത്തി.

അതിൽനിന്നും ആജാനബാഹുവായ ഒരാൾ പുറത്തിറങ്ങി. 'ആരാണ് യാത്ര ചെയ്യുന്നത്?' അപ്പോൾ വാദ്ധ്യാർ നമ്പൂതിരി ഒട്ടും ഭയക്കാതെ ചങ്ങലവട്ട എടുത്ത് ഉയർത്തിക്കാണിച്ചു, എന്നിട്ട് പറഞ്ഞു, 'കൊച്ചുണ്ണിയല്ലേ? കായംകുളം കൊച്ചുണ്ണി? ബോട്ടിലേക്കു കയറി വരാം. ഞാനൊരു ബ്രാഹ്മണനാണ്. മുറജപത്തിനായി തിരുന്നാവായയിൽ നിന്നും തിരുവനന്തപുരത്തു വന്നതാണ്.

എന്നാൽ ഇപ്പോൾ ഒരു ശ്രാദ്ധത്തിന് കുടമാളൂർ വരെയെത്തണം. അതുകഴിഞ്ഞ് ഇതുവഴി തിരികെപ്പോരുകയും വേണം.

എന്റെ കൈയിൽ അധികം പണമൊന്നുമില്ല. ചില സാധനങ്ങൾ ഉണ്ട്. അതു വേണമെങ്കിൽ എടുക്കാം.'

അതുകേട്ടു കൊച്ചുണ്ണി ചിന്തിച്ചു, ഇത്ര ധൈര്യത്തോടെ സംസാരിക്കുന്നതാരാണ്?

ആരായാലും അത് ധീരൻ തന്നെ, ഏതായാലും അദ്ദേഹത്തെ ഒന്നു കാണുകതന്നെ എന്നു നിശ്ചയിച്ച് വള്ളത്തിലേക്കു കയറി.

എന്നിട്ട് അദ്ദേഹത്തോടു പറഞ്ഞു, 'എനിക്കു താങ്കളെ കൊള്ളയടിക്കാൻ ആഗ്രഹമില്ല. ഞാൻ താങ്കളെപ്പോലുള്ള മഹാബ്രാഹ്മണരെ ഉപദ്രവിക്കില്ല. അല്പന്മാരും, അഹങ്കാരികളുമായ ധനാഢ്യന്മാരെ മാത്രമേ കൊള്ളചെയ്യാറുള്ളൂ. ആയതിനാൽ താങ്കളുടെ യാതൊരു വസ്തുവും ഞാൻ എടുക്കില്ല.'

അതു കേട്ട് നമ്പൂതിരി പറഞ്ഞു, 'രാത്രി ഈ വഴി സഞ്ചരിച്ചാൽ കൊച്ചുണ്ണിയെക്കാണാം എന്ന് ഈ വള്ളക്കാർ പറഞ്ഞു. എനിക്ക് കുടമാളൂർ എത്തി, അച്ഛന്റെ ശ്രാദ്ധം കഴിച്ച് ലക്ഷദീപത്തിനു മുൻപായി തിരികെപ്പോകുകയും വേണം. ദാ എന്റെ സമ്പാദ്യമൊക്കെ ആ പെട്ടിയിൽ ഉണ്ട്. വേണ്ടത് എടുക്കാം' എന്ന് ഒന്നുകൂടി പറഞ്ഞു.

അതോടെ കൊച്ചുണ്ണി ആകെ പരുങ്ങി.

അവൻ മാപ്പുപറഞ്ഞുകൊണ്ട് അദ്ദേഹത്തെ തൊഴുത് വിടവാങ്ങാൻ അനുവാദം ചോദിച്ചു.

അപ്പോൾ നമ്പൂതിരി പറഞ്ഞു, 'നമ്മൾ ആദ്യമായിക്കാണുകയാണ്. അപ്പോൾ നിനക്ക് ഒന്നും തരാതിരിക്കാൻ എനിക്കാവില്ല. അതിനാൽ ദാ ഈ നാലു പാവുമുണ്ട് നിനക്ക് ഞാൻ നൽകുന്നു.'

അത് കൊച്ചുണ്ണി സ്വീകരിച്ചു.

എന്നിട്ടു പറഞ്ഞു, 'ഈ കായലിൽ പല ഭാഗങ്ങളിൽ എന്റെ കൂട്ടർ ഉണ്ട്. അവർ എത്തരത്തിൽ അങ്ങയോടു പെരുമാറും എന്നു പറയാൻ വയ്യ. അതിനാൽ, അഥവാ ആരെങ്കിലും തടുത്തു നിർത്തിയാൽ ഈ മോതിരം അടയാളം കാണിച്ച് എന്റെ പേര് പറയുക. അവർ ഉപദ്രവിക്കില്ല.' അതുകേട്ട് നമ്പൂതിരിക്ക് വലിയ സന്തോഷമായി.

രത്നം പതിപ്പിച്ച ആ മോതിരത്തിന് ആയിരം രൂപയിലധികം വിലമതിക്കുമായിരുന്നു.

കൊച്ചുണ്ണി അദ്ദേഹത്തെ തൊഴുതു മടങ്ങി.

ആ യാത്രയിൽ കൊച്ചുണ്ണിയുടെ കൂട്ടുകാർ ബോട്ടുതടഞ്ഞു.

പക്ഷേ, മോതിരം കൈയിലുണ്ടായിരുന്നതു ഭാഗ്യമായി.

അതുകൊണ്ട് അനിഷ്ടങ്ങൾ ഉണ്ടായില്ല.

അതിനുശേഷം അദ്ദേഹം എല്ലാ യാത്രകളിലും ആ മോതിരം കൈവശം വച്ചുമാത്രം യാത്ര ചെയ്തു.

എന്നു മാത്രമല്ല എല്ലാവരോടും വലിയ അഭിമാനത്തോടെ മോതിരം കാണിച്ചു കൊടുത്തുകൊണ്ട് കൊച്ചുണ്ണിയെക്കുറിച്ചു സംസാരിക്കുകയും പതിവാക്കി. യഥാർത്ഥത്തിൽ അദ്ദേഹത്തെപ്പോലുള്ളവർ കേരളത്തിലെമ്പാടും കൊച്ചുണ്ണിയെക്കുറിച്ചുള്ള കഥകൾ പ്രചരിപ്പിക്കുന്നതിൽ വലിയപങ്ക് വഹിച്ചു.'

അച്ഛമ്മ പറഞ്ഞു നിർത്തി.

അപ്പോൾ കുഞ്ഞാറ്റ പറഞ്ഞു, അച്ഛമ്മേ, ഇതുപോലുള്ള കഥ ഇനിയും പറയൂ കൊച്ചുണ്ണിയെക്കുറിച്ച്. നല്ല രസമുണ്ട് കേൾക്കാൻ.

'ഏതൊരഭ്യാസിക്കും ചില അബദ്ധങ്ങൾ പറ്റുമെന്ന് പറയാറില്ലേ? അങ്ങനെ ഒരു അബദ്ധം കൊച്ചുണ്ണിക്കും പറ്റി. ആ കഥ പറയാം ഇനി.

കൊച്ചുണ്ണിയും കൂട്ടുകാരും വലിയ അഭ്യാസികൾ ആയിരുന്നല്ലോ. അവരൊക്കെ ഒരു മൂസതിനോടു അടിയറവു പറഞ്ഞ കഥയാണിത്.

കഴിഞ്ഞ കഥയിൽ പറഞ്ഞ വാദ്ധ്യാർ നമ്പൂതിരി തിരികെ തിരുവനന്തപുരത്ത് എത്തിയപ്പോൾ കൊച്ചുണ്ണിയെക്കുറിച്ചു കുറേ വർണ്ണിച്ചു, ഒപ്പം കൊച്ചുണ്ണി കൊടുത്ത മോതിരം എല്ലാവരേയും കാണിച്ചുകൊടുത്തു.

അവനെ ജയിക്കാൻ അങ്ങനാർക്കും പറ്റില്ല.

അത്രക്ക് ഗുണമൊത്ത ഒരാളാണ് എന്നൊക്കെ നമ്പൂതിരി വർണ്ണിച്ചപ്പോൾ, കേട്ടിരുന്ന കോഴിക്കോട്ടുകാരനും വൃദ്ധനുമായ മറ്റൊരു നമ്പൂതിരിക്ക് കൊച്ചുണ്ണിയെ കണ്ടേതീരൂ എന്നായി.

അതുകൊണ്ടു മടക്കം കായംകുളം വഴി എന്നങ്ങു നിശ്ചയിച്ചു അദ്ദേഹം.

പലരും പറഞ്ഞു നോക്കി അത് അപകടമാണെന്ന്.

പക്ഷേ, ആര് കേൾക്കാൻ?

തിരുവനന്തപുരത്തുനിന്നും തോണിയിൽ പടനായർക്കുളങ്ങര എന്ന സ്ഥലത്തു വന്നിറങ്ങി.

അവിടെ കുളിച്ച്, ജപവും നടത്തി അത്താഴവും കഴിച്ച് കരവഴി വടക്കോട്ടു പുറപ്പെട്ടു.

രാത്രി ഏറെ വൈകി പുത്തൻതെരുവ് എന്ന സ്ഥലത്ത് എത്തി.

വൃദ്ധൻ ഒറ്റയ്ക്കായി.

അപ്പോൾ അതുവഴി വന്ന കുറച്ചു കച്ചവടക്കാർ അദ്ദേഹത്തെ കണ്ടു.

അവർ അദ്ദേഹത്തോട് രാത്രി ഇനി യാത്ര വേണ്ടെന്നും അടുത്ത് എവിടെങ്കിലും താമസിക്കുന്നതാണു നല്ലതെന്നും ഉപദേശിച്ചു. കാരണം ഇനി കടന്നു പോകേണ്ടത് കൊച്ചുണ്ണിയുടെ നാട്ടിലൂടെയാണ്.

അത് പ്രശ്നമാകും എന്നവർ ഉപദേശിച്ചു.

അതു കേട്ട് അദ്ദേഹം പറഞ്ഞു, 'എനിക്കവനെ ഒട്ടും പേടിയില്ല. പേടിയുള്ളത് പട്ടികളെയാണ്. നിങ്ങൾ ഒരു വടി തന്നാൽ മാത്രം മതി, ഞാൻ എന്റെ വഴിയിൽ യാത്ര ചെയ്തു കൊള്ളാം.'

അതു കേട്ട് കച്ചവടക്കാർ പറഞ്ഞു, 'ഈ രാത്രിയിൽ വടിക്ക് എവിടെപ്പോകും? നിങ്ങൾക്ക് കൊച്ചുണ്ണിയെ ശരിക്ക് അറിയാഞ്ഞിട്ടാണ്. മാത്രവുമല്ല ഇതു വൃദ്ധന്റെ അഹങ്കാരമാണ്.'

അപ്പോൾ കച്ചവടക്കാരിൽ ഒരാളുടെ കൈയിൽ ഒരു വെള്ളിക്കോൽ ഇരിക്കുന്നതുകണ്ടിട്ട്, അദ്ദേഹം ആ വെള്ളിക്കോൽ ആവശ്യപ്പെട്ടു.

കച്ചവടക്കാരൻ ആദ്യം മടിച്ചെങ്കിലും വൃദ്ധന്റെ വാശിക്കുമുന്നിൽ കീഴടങ്ങി.

അദ്ദേഹം അതുംവാങ്ങി വടക്കുദിക്കിലേക്ക് നടന്നുതുടങ്ങി.

കായംകുളം എത്തുന്നതിനുമുൻപ് അതു സംഭവിച്ചു.

നാലു വലിയ മുട്ടാളന്മാർ വഴിയിൽ ഇരിക്കുന്നു.

നമ്പൂരി അവരെ കണ്ടമട്ട് കാണിക്കാതെ മുന്നോട്ടുനടന്നു.

അതുകണ്ട് അവർ പറഞ്ഞു, 'ഇതാരാണ് ഒരു കൂസലും കൂടാതെ അങ്ങനങ്ങ് പോകുന്നത്. ഇങ്ങ് വന്നിട്ട് പോയൽ മതി.'

നമ്പൂതിരി പറഞ്ഞു, 'അങ്ങോട്ട് വരാൻ സൗകര്യപ്പെടില്ല. എന്നെക്കൊണ്ട് ആവശ്യമുണ്ടെങ്കിൽ എന്റെ മുന്നിൽ വരണം. ഞാൻ ഇവിടിരുന്ന് മുറുക്കാൻ പോവുകയാണ്.'

'ആഹാ അത്രയ്ക്കായോ ഈ കിഴവൻ ധിക്കാരി, ഇയാളുടെ അഹങ്കാരം തീർത്തിട്ടു ബാക്കിക്കാര്യം' എന്നുപറഞ്ഞുകൊണ്ട് അവർ എഴുന്നേറ്റു.

അതുകണ്ട് വൃദ്ധൻ പറഞ്ഞു, 'നിങ്ങൾക്ക് എന്നെ കീഴടക്കാൻ സാധിക്കില്ല. ഇതു ധർമ്മരാജ്യമാണ്.'

ഇതു കൂടി കേട്ടപ്പോൾ അവർക്ക് ആകെ ദേഷ്യമായി.

അവർ കുറുവടിയും ആയുധങ്ങളുമായി പാഞ്ഞടുത്തു.

അതോടെ അദ്ദേഹം എഴുന്നേറ്റുനിന്നു.

വെള്ളിക്കോല് കൈയ്യിലെടുത്തു.

നാലിന്റേയും മർമ്മംനോക്കി ഓരോ അടി.

നാലുപേരും വേദനകൊണ്ട് പുളഞ്ഞ് നിലത്തുവീണു.

അവൻമാർക്ക് പിന്നീട് അനങ്ങാൻ പറ്റാത്ത അവസ്ഥയായി.

നമ്പൂതിരി ഒന്നാന്തരം മർമ്മവിദഗ്ദ്ധനായിരുന്നു.

മർമ്മം നോക്കിയാണ് പ്രഹരിച്ചത്.

അദ്ദേഹം അവിടെനിന്നും വീണ്ടും മുന്നോട്ടു നടന്നു.

അരനാഴിക പോയപ്പോൾ നല്ല വെളുത്ത് ഉയരമുള്ള ആജാന ബാഹുവായ ഒരാൾ മുന്നിൽ.

അദ്ദേഹം ഊഹിച്ചു, വാദ്ധ്യാർ നമ്പൂതിരി പറഞ്ഞ ലക്ഷണം വച്ച് ഇതുതന്നെ സാക്ഷാൽ കൊച്ചുണ്ണി.

അദ്ദേഹം കൊച്ചുണ്ണിയെ തിരിഞ്ഞൊന്നു നോക്കാതെ കടന്നു പോയി.

അതു കണ്ട് കൊച്ചുണ്ണിക്ക് ഇഷ്ടപ്പെട്ടില്ല.

താനിവിടെ നിൽക്കുന്നതു കണ്ടിട്ടും കാണാത്ത മട്ടിൽ പോകുന്നത് ധിക്കാരമല്ലേ? പ്രായം കൊണ്ട് വൃദ്ധനും.

പക്ഷേ, അഹങ്കാരം ശമിപ്പിക്കാതെ വിട്ടു കളയുന്നതെങ്ങനെ? 'നിങ്ങൾ ആരാണ്? എവിടെപ്പോകുന്നു? അവിടെ നിൽക്കണം.'

നമ്പൂതിരി, 'നിൽക്കാൻ മനസ്സില്ലെങ്കിലോ?'

കൊച്ചുണ്ണി, 'എന്നാൽ പിടിച്ചു നിർത്തും'

നമ്പൂതിരി, 'എന്നാലൊന്ന് കാണണമല്ലോ.'

'ആ വൃദ്ധനെ ഉപദ്രവിക്കണം എന്നൊന്നും കൊച്ചുണ്ണിക്ക് ഉണ്ടായിരുന്നില്ല. അയാളുടെ അഹങ്കാരം ശമിപ്പിക്കണം എന്നേ ഉള്ളൂ. കൊച്ചുണ്ണി അദ്ദേഹത്തിന്റെ ഭാണ്ഡം കടന്നുപിടിച്ചു. വൃദ്ധൻ വെള്ളിക്കോൽ കൊണ്ട് ഒന്ന് പ്രഹരിച്ചു.

പക്ഷേ, കൊച്ചുണ്ണി അതു കൊള്ളാതെ ഒഴിഞ്ഞുമാറി ആ വെള്ളിക്കോലിന്റെ മറുതയ്ക്കലിൽ പിടിച്ചു. അതൊരു വല്ലാത്ത കുരുക്കായി.

അതിനു കാത്തുനിന്നപോലെ നമ്പൂതിരി ഒരു തിരിച്ചിൽ തിരിഞ്ഞു. കൊച്ചുണ്ണിയുടെ കൈകൂടി ആ കോലിലുള്ള പിടുത്തം വിടാനാകാത്തവിധം പിരിഞ്ഞു പോയി.

കൈ അനക്കാൻ വയ്യ.

അസഹ്യമായ വേദനയും.

നമ്പൂരിയുടെ പിന്നാലെ നടക്കുകയല്ലാതെ മറ്റുവഴിയൊന്നുമില്ല. അവൻ വലിയ വായിൽ കരഞ്ഞു, 'മാപ്പാക്കണം തിരുമേനി,

രക്ഷിക്കണം' എന്നായി അവൻ.

അതിനു ഞാൻ നിന്നെ തടഞ്ഞുവച്ചിട്ടില്ലല്ലോ.

നിനക്ക് നിന്റെ വഴിക്ക് പോകരുതോ?

ആരും തടഞ്ഞിട്ടില്ലല്ലോ നിന്നെ?

'അല്ല, വേദന സഹിക്കാൻ വയ്യ. അഹങ്കാരം പൊറുക്കണം. വിടുതൽ തരണം.'

കൊച്ചുണ്ണി വീണ്ടും കരഞ്ഞുപറഞ്ഞു.

നമ്പൂതിരി അത്ര വേഗം അയഞ്ഞില്ല.

കുറച്ചു ദൂരം കൂടി കൊച്ചുണ്ണിയെ പിന്നാലെ നടത്തിച്ചു.

'ഒടുവിൽ നമ്പൂതിരി ആദ്യത്തെ തിരിച്ചിലിന്റെ നേർ എതിർവശത്തേക്ക് ഒന്നു തിരിഞ്ഞു.

ഹാവു! കൈകൾ സ്വതന്ത്രമായി.

കൊച്ചുണ്ണി അദ്ദേഹത്തിന്റെ കാൽക്കൽ വീണു മാപ്പുപറഞ്ഞു.

അപ്പോൾ അദ്ദേഹം പറഞ്ഞു, 'ഇനി മേലാൽ നമ്പൂരിമാരെ നീ ഉപദ്രവിക്കുകയോ അവരുടെ മുതൽ തട്ടിയെടുക്കുകയോ പാടില്ല.' അപ്പോൾ കൊച്ചുണ്ണി പറഞ്ഞു, 'നല്ലവരായ ബ്രാഹ്മണരെ ഞാൻ ഉപദ്രവിക്കാറില്ല. ഇനി ഒരിക്കലും ഉപദ്രവിക്കുകയും ഇല്ല.'

അതുകേട്ട് നമ്പൂതിരി പറഞ്ഞു, 'നിന്റെ സുഹൃത്തുക്കൾ ആണെന്നുതോന്നുന്നു, അവർ എന്നെ ഉപദ്രവിക്കാൻ വന്നു, ഞാൻ അവരെ ഓരോ കൊട്ടുകൊട്ടി വഴിയിൽ ഇട്ടിട്ടുണ്ട്. നേരത്തോടു നേരം കഴിയുംമുൻപ് മറുകൊട്ട് കൊട്ടിയില്ലെങ്കിൽ അവർ ഒരിക്കലും എഴുന്നേൽക്കില്ല, മാത്രവുമല്ല അതിനായി തിരികെപ്പോകാൻ എനിക്കു പ്രയാസവുമുണ്ട്. മറുകൊട്ട് നിന്നെ പഠിപ്പിക്കാം, നീ അത് പ്രയോഗിച്ച് അവരെ രക്ഷപ്പെടുത്തണം.'

അതുകേട്ട് കൊച്ചുണ്ണി ബ്രാഹ്മണനു ശിഷ്യപ്പെട്ട് ആ വിദ്യ പഠിച്ചു. അതുകഴിഞ്ഞ്, അദ്ദേഹം ആ വെള്ളിക്കോൽ കൊച്ചുണ്ണിയെ ഏൽപ്പിച്ച്, കച്ചവടക്കാരെ കണ്ടെത്തി അവരെ ഏൽപ്പിക്കണം എന്നുപറഞ്ഞ് കൊച്ചുണ്ണിയെ തിരികെ അയച്ചു.

കൊച്ചുണ്ണി മടങ്ങിവരുംവഴി അനങ്ങാനാകാതെ കിടക്കുന്ന കൂട്ടുകാരെക്കണ്ടു.

മറുകൊട്ട് കൊടുത്ത് അവരെ രക്ഷപ്പെടുത്തുകയും കച്ചവടക്കാരെ കണ്ടുപിടിച്ച് വെള്ളിക്കോൽ തിരികെ ഏൽപ്പിക്കുകയും ചെയ്തു. കാര്യം, ഒരു വൃദ്ധനെ മര്യാദ പഠിപ്പിക്കാൻ പോയി അബദ്ധത്തിൽപ്പെട്ടുവെങ്കിലും, ഒരു കാര്യമുണ്ട് ആ കൂടിക്കാഴ്ച കൊണ്ട് കൊച്ചുണ്ണിക്കു ഗുണമേ ഉണ്ടായുള്ളൂ.

ഒരു മർമവിദ്യ പഠിക്കാൻ സാധിച്ചു കൊച്ചുണ്ണിക്ക്.

ഏതൊരു അറിവും ചെറുതല്ല എന്ന കൊച്ചുണ്ണിയുടെ നിശ്ചയം ആയിരുന്നു കൊച്ചുണ്ണിയുടെ കഥകൾ ഇന്നും ജനങ്ങൾ ഓർത്തിരിക്കുന്നതിന്റെ ഒരു കാരണം.

'കൊച്ചുണ്ണിയുടെ നന്മനിറഞ്ഞ പ്രവർത്തികളെക്കുറിച്ച് ധാരാളം കഥകളുണ്ട്. ഒരിക്കൽ സഹായിച്ച വ്യക്തിയെ ഒരിക്കലും മറക്കാറില്ല കൊച്ചുണ്ണി. അതുകൊണ്ടാണല്ലോ കാലം ഇത്ര കടന്നിട്ടും ഇന്നും ആളുകൾ ആ പേര് ഓർത്തിരിക്കുന്നത്.

ഇല്ലെങ്കിൽ എന്നേ മരിച്ചു മണ്ണടിയേണ്ടതാണ് കൊച്ചുണ്ണിയുടെ ഓർമകളും. കൊച്ചുണ്ണിയുടെ പ്രധാന പ്രത്യേകത അയാൾ കളവു നടത്തുന്നതിലുള്ള നീതികേട് സ്വയം മനസ്സിലാക്കിയിരുന്നു എന്നതാണ്. അതിൽ അയാൾക്ക് കുറ്റബോധവും ഉണ്ടായിരുന്നു.

അതുകൊണ്ടുതന്നെ മോഷണമുതൽ സ്വന്തം അവകാശമായി അയാൾ കണ്ടില്ല, അവശരായ ഏവർക്കും അതു പങ്കുവച്ചു,

അയാൾ വീണ്ടും ദാരിദ്ര്യത്തിൽത്തന്നെ ജീവിച്ചു.'

അച്ഛമ്മ പറഞ്ഞു നിർത്തി.

'അച്ഛമ്മേ കൊച്ചുണ്ണിയുടെ കഥകൾ കേൾക്കാൻ നല്ല രസമുണ്ട്. ഒരു കഥ കൂടി പറയൂ...'

കുഞ്ഞാറ്റ കൊഞ്ചി.

അച്ഛമ്മയും നല്ല ആവേശത്തിലായിരുന്നു.

അച്ഛമ്മ കഥ തുടർന്നു.

ഠഠ

7

കൊച്ചുണ്ണിയും നമ്പൂതിരിയും

'ഒരിക്കൽ ഒരു യുവാവായ ബ്രാഹ്മണന് ഏവൂരുള്ള അദ്ദേഹത്തിന്റെ അമ്മാവന്റെ വീട്ടിലേക്ക് പോകേണ്ടിവന്നു.

നടന്നുതളർന്ന് സന്ധ്യയോടു കൂടി അദ്ദേഹം ഓച്ചിറയിലെത്തി.

ഏവൂർമഠത്തിൽ വച്ചുനടക്കുന്ന ഒരു വിവാഹത്തിനു വേണ്ട കുറച്ച് ആഭരണങ്ങളും പണവും ഉണ്ടായിരുന്നു ഭാണ്ഡക്കെട്ടിൽ. അന്നുതന്നെ അദ്ദേഹത്തിന് അവിടെ എത്തിച്ചേരേണ്ടതുണ്ട്.

വഴിയിൽ കൊച്ചുണ്ണിയേയോ കൂട്ടരേയോ കണ്ടാലോ എന്നൊരു പ്രശ്നം പൊന്തിവന്നു.

അയാൾ രണ്ടും കല്പ്പിച്ച് പൊന്നും പണവും ഒക്കെയുള്ള ഭാണ്ഡം തോളത്തിട്ടുകൊണ്ടു നടപ്പായി.

വഴിയിൽ ആരെയെങ്കിലും കൂട്ടുകിട്ടിയാൽ അതുമായി.

അങ്ങനെ നടക്കുമ്പോൾ പെട്ടെന്ന് ഒരാൾ മുന്നിൽ നിൽപ്പുണ്ട്. അദ്ദേഹം, ആ ആളെ കടന്ന് മുന്നോട്ടുപോകുമ്പോൾ അയാൾ വിളിച്ചു, 'ഹേയ്, നിങ്ങൾ ഈ സന്ധ്യമയങ്ങിയ നേരത്ത് എങ്ങോട്ടാണ്?'

നമ്പൂതിരി പറഞ്ഞു, 'എനിക്ക് ഏവൂർമഠത്തിൽ എത്തണം. അത്യാവശ്യമാണ്. നിൽക്കാൻ നേരമില്ല.'

അപ്പോൾ അപരിചിതൻ പറഞ്ഞു, 'തിരുമേനിക്ക് ഇവിടം അത്ര പരിചയമില്ലെന്നു തോന്നുന്നല്ലോ. ഇത് കായംകുളം കൊച്ചുണ്ണി എന്ന കൊള്ളക്കാരന്റെ നാടാണ്. സന്ധ്യ കഴിഞ്ഞാൽ അവനും പരിവാരങ്ങളും ഇറങ്ങും. ഇന്ന് ഇവിടെ തങ്ങി നാളെപ്പോകുന്നതാവും നല്ലത്.'

പക്ഷേ, ആ ബ്രാഹ്മണൻ അതു കേൾക്കാൻ കൂട്ടാക്കിയില്ല.

അയാൾ പറഞ്ഞു, 'നിങ്ങൾ ഇവിടുത്തുകാരനല്ലേ? എന്റെ കൈയിൽ കൊള്ളയടിക്കാൻ മാത്രം യാതൊന്നുമില്ല. രണ്ടു മുണ്ടു മാത്രമേ ഉള്ളൂ. ആരെങ്കിലും ഒരാളെ വഴികാട്ടിയായിക്കിട്ടിയാൽ എളുപ്പമായി അത്രേ ഉള്ളൂ.'

അതുകേട്ട് അപരിചിതൻ ചിരിച്ചുകൊണ്ടു പറഞ്ഞു, 'ഭാണ്ഡത്തിൽ മുണ്ടു മാത്രമല്ലെന്നു കണ്ടാലറിയാം. ഇനിയിപ്പോൾ ഈ സന്ധ്യയ്ക്ക് ആരുവരും കൂട്ടിന്? ആട്ടെ, അഥവാ കൂട്ടിനുവന്നാൽ എന്തു കൊടുക്കും? ഏവൂർ മഠത്തിലെ മൂത്ത നമ്പൂതിരി എനിക്കും വേണ്ടപ്പെട്ട ആൾ തന്നെ. എങ്കിലും നിങ്ങൾക്കൊപ്പം വന്നാൽ എനിക്കെന്തു കാര്യം?'

ഇതു കേട്ട് നമ്പൂതിരി പറഞ്ഞു, അഞ്ചുചക്രം നൽകാമെന്ന്.

അതുകേട്ട് അപരിചിതൻ ചിരിച്ചു. 'നല്ല കഥ! രാത്രി കൊച്ചുണ്ണിയും കൂട്ടരും നടക്കുന്ന വഴിയിൽ ചൂട്ടും കത്തിച്ച് വഴികാട്ടി അത്രയും ദൂരം വരുന്നതിനു കൂലി അഞ്ചു ചക്രം? അഞ്ചു രൂപ തന്നാൽ വരാം.'

നമ്പൂതിരിയും അപരിചിതനായ അയാളും തമ്മിൽ വിലപേശൽ നന്നായി നടന്നു. തർക്കത്തിനൊടുവിൽ മൂന്നുരൂപയ്ക്ക് അപരിചിതൻ വഴികാട്ടിയായി കൂടെച്ചെല്ലാം എന്ന് ഉറപ്പിച്ചു.

അങ്ങനെ ആ അപരിചിതനുമൊത്ത് നമ്പൂതിരി നടന്നുതുടങ്ങി.

ഒരു മൂശ്ശേട്ട പിടിച്ച നമ്പൂതിരി ആയിരുന്നു അത്.

വഴിനീളെ വഴികാട്ടിയെ ഓരോന്നു പറഞ്ഞ് പ്രകോപിപ്പിച്ചു കൊണ്ടാണ് നടത്തം.

അപരിചിതനാകട്ടെ മറുത്തൊന്നും പറയാതെ വിനീതദാസനെപ്പോലെ ഒപ്പം നടന്നു.

ഒടുവിൽ അർദ്ധരാത്രിയോടെ അവർ ഏവൂർ മഠത്തിലെത്തി. അപ്പോൾ നമ്പൂതിരി പറഞ്ഞു, 'നീ ഇവിടെ നിൽക്ക്, ഞാനീ ഭാണ്ഡം അകത്ത് ഏൽപ്പിച്ച് നിനക്ക് നൽകാനുള്ള പണവുമായി വരാം.'

വഴികാട്ടി പുറത്തു കാത്തുനിൽക്കുമ്പോൾ നമ്പൂതിരി ഇല്ലത്തേക്ക് കയറി.

അവിടെ എല്ലാവരും അദ്ദേഹത്തെക്കാത്ത് അക്ഷമരായി ഇരിക്കുകയായിരുന്നു.

അദ്ദേഹം നടന്നതൊക്കെ പറഞ്ഞു, എന്നിട്ട് ഭാണ്ഡം അഴിച്ച് കാശെടുക്കുമ്പോൾ, അവിടുത്തെ തിരുമേനി പറഞ്ഞു, 'അങ്ങ് വിശ്രമിക്കൂ, പുറത്തുള്ള ആൾക്ക് ഞാൻ കാശ് കൊടുക്കാം.' അങ്ങ

നെ അവിടുത്തെതെ മൂത്ത തിരുമേനി പുറത്തുചെന്നു.

അദ്ദേഹത്തെ കണ്ടപ്പോൾ കൊച്ചുണ്ണി മുന്നിലേക്കു വന്നു.

അവൻ പറഞ്ഞു, 'അടിയൻ കൊച്ചുണ്ണിയാണ്. ചെറിയ തിരുമേനി ഇവിടുത്തേക്കുള്ള യാത്രയിലാണ് എന്നുകണ്ടപ്പോൾ സുരക്ഷിതമായി കൊണ്ടാക്കിയതാണ്, ഇനി അടിയൻ മടങ്ങിപ്പോയ്ക്കോട്ടെ.' വന്നതു കൊച്ചുണ്ണി തന്നെയെന്നു കേട്ടപ്പോൾ ആ വൃദ്ധബ്രാഹ്മണനു സന്തോഷമായി.

അദ്ദേഹം അഞ്ചു രൂപ എടുത്തു കൊച്ചുണ്ണിക്കു നീട്ടി. അവനതു സന്തോഷത്തോടെ നിരസിച്ചു.

സത്യത്തിൽ ഏവൂർ മഠത്തിലെ തിരുമേനിക്കു കൊച്ചുണ്ണിയെ ക്കണ്ടപ്പോൾ വലിയ ആശ്വാസമായി.

അദ്ദേഹം പറഞ്ഞു, 'ഇതു ചെറിയ കാര്യമല്ല, മറ്റാരുടെയെങ്കിലും കൈയിലാണ് പെട്ടിരുന്നതെങ്കിൽ ഉറപ്പായും പണ്ടവും പണവും നഷ്ടമാകുമായിരുന്നു. ഒരു പക്ഷേ, ജീവനും നഷ്ടപ്പെട്ടേനെ, പക്ഷേ, ഇതിപ്പോൾ കൊച്ചുണ്ണി ആയതുകൊണ്ട് ഒക്കെയും സുരക്ഷിതമായി ഇവിടെ എത്തിക്കിട്ടി.

മാത്രവുമല്ല ചെറിയ നമ്പൂതിരിക്ക് അല്പം മുൻ ശുണ്ഠി കൂടുതലാണ്.

അവസരമനുസരിച്ച് പെരുമാറാനും അറിയില്ല.

ഞങ്ങൾ ആധി പിടിച്ചിരിക്കുകയായിരുന്നു.

ഏതായാലും സുരക്ഷിതമായി എത്തിച്ചല്ലോ നീ.

ഇതിന് അഞ്ചു രൂപയല്ല അഞ്ഞൂറു തന്നാലും കൂടുതലാകില്ല.'

അതിനു മറുപടിയായി കൊച്ചുണ്ണി പറഞ്ഞു, 'അങ്ങ് അങ്ങനെ പറയരുത്, കാരണം, അന്നു വിശന്നുവലഞ്ഞ് അങ്ങയുടെ മുന്നിൽ വന്ന പത്തു വയസ്സുകാരന് വറ്റിട്ട കഞ്ഞിവെള്ളം നൽകിയത് അങ്ങ് ഓർക്കുന്നുണ്ടാകില്ല. ഇന്നു കാണുന്ന ഈ കൊച്ചുണ്ണിയിലേക്ക് വളർത്തിയത് അങ്ങുതന്ന ആ കഞ്ഞിവെള്ളമാണ്.'

അവൻ അതും പറഞ്ഞ് അദ്ദേഹത്തിന്റെ ആശീർവാദവും വാങ്ങിയാണ് മടങ്ങിയത്.

കൊച്ചുണ്ണി ഒരുകാലത്തും തന്നെ സംരക്ഷിച്ചവരേയും സഹായിച്ചവരേയും മറന്നില്ല. കഴിയുന്നത്ര സഹായം തിരിച്ചു ചെയ്യാൻ ശ്രദ്ധ വയ്ക്കുകയും ചെയ്തു.

കഥപറച്ചിലിന് ഒരു ചെറു തടസ്സം വന്നു, ഒരാഴ്ച കൂടി കടന്നുപോയി.

അച്ഛമ്മ കരുതി കുഞ്ഞാറ്റ കൊച്ചുണ്ണിയെ മറന്നുവെന്ന്.

പക്ഷേ, അതു വെറുതേ ആയിരുന്നു.

അടുത്ത അവധിദിവസം കുഞ്ഞാറ്റ പിന്നാലെ എത്തി, 'അച്ഛമ്മ പറയൂ, കഥ പറയു' എന്ന് പറഞ്ഞ്.

അങ്ങനെ അച്ഛമ്മ കൊച്ചുണ്ണിക്കഥകൾ വീണ്ടും ഓർമയിൽ നിന്നും കുഞ്ഞാറ്റയ്ക്കു വേണ്ടി പൊടിതട്ടിയെടുത്തു.

കുഞ്ഞാറ്റ ചോദിച്ചു, 'അച്ഛമ്മേ, എന്തായാലും ഒരു കള്ളനാണ് കായംകുളം കൊച്ചുണ്ണി. പക്ഷേ, എന്തുകൊണ്ടാണ് എല്ലാവർക്കും ആ കള്ളനോട് ഇത്ര ഇഷ്ടം?'

അതിന്റെ ഉത്തരമായി അച്ഛമ്മ ഒരു കഥ പറഞ്ഞു, 'അക്കാലത്ത് കാർത്തികപ്പള്ളിയിൽ ഒരാൾ കൊപ്രപ്പണി ചെയ്തു ജീവിക്കുന്നുണ്ടായിരുന്നു. സിറിയൻ ക്രിസ്ത്യാനി ആയ ആ മനുഷ്യനെ അക്കാലത്തെ രീതിവച്ച് 'മാപ്പിള' എന്നാണു മറ്റുള്ളവർ വിളിച്ചിരുന്നത്.

വളരെ ദാരിദ്ര്യം അയാൾ അനുഭവിച്ചിരുന്നു.

ഭാര്യയും നാലഞ്ചു മക്കളും സ്വന്തം അമ്മയും അടങ്ങുന്ന കുടുംബത്തെ സംരക്ഷിക്കണമല്ലോ.

അതിനായി അയാൾ പരിചയക്കാരോട് കടമായി തേങ്ങവാങ്ങും.

അത് വീട്ടിൽ കൊണ്ടുവന്ന് പൊതിച്ച് ഉണക്കി കൊപ്രയാക്കി ആലപ്പുഴയിൽ കൊണ്ടുചെന്ന് വിൽക്കും.

വിറ്റു കിട്ടുന്ന കാശ്, തിരിച്ചു വന്ന് പിറ്റേന്നു തന്നെ മടക്കി നൽകുകയും ചെയ്തു വന്നു.

അതു കൊണ്ട്, ധാരാളം ആൾക്കാർ അയാൾക്ക് സ്വന്തം പറമ്പിലെ തേങ്ങ നൽകി വന്നു.

പലരും അയാൾ കൊപ്ര വിറ്റുവരുന്നതും കാത്തിരിക്കുന്നതും പതിവായിരുന്നു.

ആ കാശ് കിട്ടിയാലേ അവർക്ക് നെല്ലോ മറ്റു സാധനങ്ങളോ വാങ്ങാൻ സാധിക്കുമായിരുന്നുള്ളൂ.

അത്തവണയും അയാൾ തേങ്ങ വാങ്ങി ഉണക്കി കൊപ്രയാക്കി, തൃക്കുന്നപ്പുഴ ഒരാളോട് കെട്ടുവള്ളം കടംവാങ്ങി, അതിലേറ്റി ചരക്ക് ആലപ്പുഴ കൊണ്ടുപോയി വിറ്റു. തിരിച്ച് വള്ളം ഉടമസ്ഥനെ ഏൽപ്പിച്ചുകഴിഞ്ഞ് കാർത്തികപ്പള്ളിയിലേക്കു മടങ്ങുകയാണ് അയാൾ.

കൊച്ചുണ്ണിയുടെ ദൃഷ്ടി അധികം വീഴാത്ത വഴിയാണ്, പിന്നെ എപ്പോഴും ആൾ സഞ്ചാരമുള്ള വഴിയും, തികച്ചും പരിചിതമാണ് അയാൾക്ക് അവിടം.

കായംകുളം കൊച്ചുണ്ണി

സന്ധ്യ ആകുന്നതേയുള്ളു.

കൊപ്ര വിറ്റ കാശ് ഇരുന്നൂറ്റമ്പതു രൂപ മടിയിൽ ഭദ്രം.

അയാൾ നടന്നു വരുമ്പോൾ കുറച്ചു ദൂരെ ഒരാൾ നിൽപ്പുണ്ടായിരുന്നു.

മറ്റാരുമല്ല കൊച്ചുണ്ണി തന്നെ.

ദൂരെ നിന്നു കണ്ടിരുന്നെങ്കിൽ ഉറപ്പായും അയാൾ വഴി മാറിപ്പോയേനേ. പക്ഷേ, ഇതിപ്പോൾ കൊച്ചുണ്ണിയുടെ അടുത്ത് എത്തി.

ആളെ തിരിച്ചറിഞ്ഞതും മാപ്പിള ഒന്നു ഞെട്ടി, 'കർത്താവേ ചതിച്ചു' എന്നയാൾ പറഞ്ഞു.

കൊച്ചുണ്ണി ചോദിച്ചു, 'കൈയിലെത്രയുണ്ട്?'

'ഇരുന്നൂറ്റമ്പത്...'

'അതിങ്ങു തന്നേക്ക്...'

'അയാൾ പണം മുഴുവനും കൊച്ചുണ്ണിക്കു കൊടുത്തു. കൊച്ചുണ്ണി എണ്ണുകപോലും ചെയ്യാതെ ആ പണവുമായി പോയി.

പാവം മാപ്പിള ആകെ തകർന്നു.

ഇനി എന്തു ചെയ്യും?

തേങ്ങ കടം തന്നവരോട് എന്തുപറയും?

ആകെ വിഷമിച്ച് അയാൾ വീട്ടിലെത്തി.

ഭാര്യയോടു കാര്യങ്ങൾ പറഞ്ഞു.

അവർ പറഞ്ഞു, 'നമുക്ക് ഈ വീട് പണയം വച്ച് കാശുവാങ്ങി കടം തീർക്കാം. അല്ലാതെ നമുക്ക് ജീവിക്കാൻ വേറെ വഴിയില്ലല്ലോ.' അയാൾ അതു സമ്മതിച്ചു.

പിറ്റേന്നുതന്നെ സ്വന്തം കൂര പണയംവച്ച് കാശുവാങ്ങി തേങ്ങ വാങ്ങിയ കടം തീർത്തു.

ദാരിദ്ര്യത്തിന്റെ അങ്ങേ അറ്റത്തു നിൽക്കുമ്പോൾ കിടക്കുന്ന വീടും പണയത്തിലായ അവസ്ഥ അയാളെ വല്ലാതെ തളർത്തി.

ഇനി എങ്ങനെ പണി എടുത്താലും കടം തീർക്കാൻ തനിക്കാവില്ല എന്നയാൾ സങ്കടപ്പെട്ടു.

വലിയ താമസമില്ലാതെ വീട് വിട്ട് ഇറങ്ങേണ്ടി വരും.

അയാൾ കൂടുതൽ സങ്കടപ്പെടുമ്പോൾ അയാളുടെ ഭാര്യ പറയും ജീവൻ തിരിച്ചു കിട്ടിയല്ലോ, അതിൽ സമാധാനിക്കൂ എന്ന്.

അയാൾ തല കുലുക്കും.

പക്ഷേ, അഞ്ചാറു വയർ നിറയണ്ടേ?

വീണ്ടും അയാൾ സങ്കടപ്പെടും.

ഇങ്ങനെ ദിവസങ്ങൾ കടന്നു പൊയ്ക്കൊണ്ടിരുന്നു.

അങ്ങനേയിരിക്കെ ഒരു ദിവസം അയാൾ നോക്കുമ്പോഴുണ്ട് കൊച്ചുണ്ണി പടി കടന്നുവരുന്നു.

അയാൾ ആകെ വിറച്ചുപോയി.

കൊച്ചുണ്ണി പെട്ടെന്നു കടന്നുവന്ന് അയാളുടെ കൈയിലേക്ക് ഒരു പൊതി കൊടുത്തു, എന്നിട്ടു പറഞ്ഞു, 'പേടിക്കണ്ട, ഇതു തരാൻ വന്നതാണ്. അന്നെനിക്കൊരു അത്യാവശ്യം ഉണ്ടായിരുന്നു. അന്ന് ആ പണം കിട്ടിയത് വലിയ രക്ഷയായി. ഇത് അന്നു ഞാൻ വാങ്ങിയതിലും ഏറെയുണ്ട്. ഒരു സമ്മാനമായി കരുതിയാൽ മതി.' അതുപറഞ്ഞ് കൊച്ചുണ്ണി മടങ്ങി.

മാപ്പിള കാശ് എണ്ണി, കൃത്യം അഞ്ഞൂറു രൂപ.

സന്തോഷം കൊണ്ട് അയാളുടെ കണ്ണുനിറഞ്ഞു.

അയാളുടെ സങ്കടങ്ങൾ ഒറ്റനിമിഷംകൊണ്ട് മാറുകയാണ്.

അധികം വൈകാതെ ആ പണം നല്ല രീതിയിൽ ചിലവിട്ട് കച്ചവടം വിപുലപ്പെടുത്തി അയാൾ ധനികനായി മാറി.

ഇത്തരത്തിൽ പാവങ്ങളെ അറിഞ്ഞു സഹായിച്ചിരുന്ന ആളാണ് കൊച്ചുണ്ണി.

ധാരാളം ദരിദ്രർ കൊച്ചുണ്ണി സഹായിച്ച് വളരെ നല്ല നിലയിലേക്ക് അഭിവൃദ്ധിപ്പെട്ടിട്ടുണ്ട്. അതു പോലെ, പാവങ്ങളെ കൊള്ളയടിച്ച് കാശ് കൂട്ടി വച്ച പലരേയും കൊച്ചുണ്ണി ദാരിദ്ര്യത്തിലേക്കു തള്ളിവിട്ടിട്ടുമുണ്ട്.

'അമ്മേ, ഞാനൊരു സംശയം ചോദിക്കട്ടെ. അമ്മ പറയുന്ന കഥകളിൽ കായംകുളം കൊച്ചുണ്ണി എന്ന കള്ളന് വലിയ സ്വീകാര്യതയാണ് ജനങ്ങൾക്കിടയിൽ. എന്നാൽ അതേ കൊച്ചുണ്ണിയെ പിടിച്ചുകെട്ടി തടവിലിടാൻ കുറേ പണിപ്പെട്ടല്ലോ കാർത്തികപ്പള്ളി തഹസിൽദാർ. ആ കഥ ഒന്ന് പറഞ്ഞേ....'

ആ ചോദ്യം കുഞ്ഞാറ്റയുടേതായിരുന്നില്ല, പകരം കുഞ്ഞാറ്റയുടെ അമ്മയുടേതായിരുന്നു.

ഉച്ചമയങ്ങിയ നേരത്ത്, കുഞ്ഞാറ്റയുടെ മുടി ചീകിക്കെട്ടുകയായിരുന്നു അമ്മ.

മുറ്റത്തിരുന്ന് അച്ചമ്മ ചൂലുണ്ടാക്കാൻ പച്ച ഈർക്കിൽ കീറി വൃത്തിയാക്കുകയായിരുന്നു.

ഞായറാഴ്ചകളിലെ വൈകുന്നേരങ്ങൾ ഇങ്ങനെ നാട്ടുവർത്തമാനം പറഞ്ഞ് മൂന്നു തലമുറയിലെ പെണ്ണുങ്ങൾ ഒത്തൊരുമയോടെ ഇരിക്കുന്നതു കാണാനുമുണ്ട് ഒരു രസം.

ഏതായാലും മരുമകളുടെ സംശയം തീർക്കണമല്ലോ, അച്ചമ്മ

കൊച്ചുണ്ണിയുടെ ജീവിതം പറഞ്ഞു തുടങ്ങി.

'കൊച്ചുണ്ണി, കള്ളന്റെ ജീവിതം ആരംഭിച്ചു, സ്വാഭാവികമായും അവനുകീഴിൽ വേറെ കള്ളന്മാരും പിടിച്ചുപറിക്കാരും ഒക്കെ വന്നുചേർന്നു.

അതിൽ ചിലർ വല്ലാത്ത ക്രൂരന്മാർ ആയിരുന്നു.

ചിലരോ കൊച്ചുണ്ണിയെ ചുറ്റിപ്പറ്റി എങ്ങനെയെങ്കിലും ജീവിച്ചിരുന്നവരും. കൊച്ചുണ്ണിയുടെ പേരിൽ ആദ്യമായി ഒരു കേസ് വരുന്നതും, കാർത്തികപ്പള്ളി തഹസിൽദാർ ഉടനെ കൊച്ചുണ്ണിയെ കണ്ടെത്തി പിടിച്ചുകെട്ടി ജയിലിൽ അടക്കണമെന്ന് വിധിച്ചതും ഒരു കൊല നടത്തിയതിന്റെ പേരിലാണ്.

എന്നാൽ അത് മനഃപൂർവ്വം കൊച്ചുണ്ണി ചെയ്തതായിരുന്നില്ല.

കൊച്ചുണ്ണിയുടെ ഭാര്യയുടെ അമ്മ സദാ വഴക്കിടുന്ന ഒരു സ്വഭാവക്കാരി ആയിരുന്നു. ഒരു ദിവസം ഒരു വഴക്കിനിടയിൽ ദേഷ്യംകൊണ്ട് കൊച്ചുണ്ണി അവരെ പിടിച്ച് തള്ളി. ആ വീഴ്ചയിൽ, പക്ഷേ, അവർ മരിച്ചു.

നാട്ടിൽ പണക്കാരുടെ മുഴുവൻ ശത്രുവായ കൊച്ചുണ്ണിക്കെതിരെ ഒരു കാരണം കിട്ടാൻ കാത്തിരിക്കുകയായിരുന്നു കാർത്തികപ്പള്ളി തഹസീൽദാർ.

വിവരം അറിഞ്ഞപ്പോൾത്തന്നെ ഏതു വിധേനയും കൊച്ചുണ്ണിയെ പിടികൂടാൻ ഉത്തരവിറങ്ങി.

പോലീസ് മാത്രമല്ല, നാട്ടിലെ അധികാരികളുടെ ശിങ്കിടികളും കൂടെയിറങ്ങി. വീടുകളും, പൊന്തക്കാടുകളും, കായലുമൊക്കെ അരിച്ചുപെറുക്കി.

കൊച്ചുണ്ണിയെ പിടികൂടാൻ മാത്രം സാധിച്ചില്ല.

ഒടുവിൽ കൊച്ചുണ്ണിയെ പിടിക്കാൻ വഴിയെന്ത് എന്നായി എല്ലാവരും. ഇത്രയധികം ആൾക്കാർ പിന്നാലെ ഉണ്ടായിട്ടും, കാർത്തികപ്പള്ളി, കരുനാഗപ്പള്ളി, മാവേലിക്കര എന്നിവിടങ്ങളിൽത്തന്നെ കൊച്ചുണ്ണി നിലകൊണ്ടു.

ജീവിക്കാൻ വേണ്ട മോഷണങ്ങൾക്കും യാതൊരു തടസ്സവും ഉണ്ടായില്ല.

ഒടുവിൽ ഒരു ചതിപ്രയോഗത്തിൽ ഒരു വിധത്തിൽ കൊച്ചുണ്ണിയെ പിടിച്ചുകെട്ടിയെങ്കിലും, അതൊക്കെ പൊട്ടിച്ച് കൊച്ചുണ്ണി കായംകുളത്തു തിരികെ എത്തി.

ഒന്നു രണ്ടു വർഷം കടന്നു പോയി.

ഇടക്ക് ഓരോ മോഷണകഥകൾ പുറത്തുവരുമെങ്കിലും ആരും

അതത്ര കണക്കാക്കാതെയായി.

കൊച്ചുണ്ണി സ്വന്തം ജോലി ഭംഗിയായി ചെയ്തുവന്നു.

പക്ഷേ, കൊച്ചുണ്ണിയുടെ തലയ്ക്ക് വിലയിട്ട് ഒരാൾ പിന്നിൽത്തന്നെ ഉണ്ടായിരുന്നു.

മറ്റാരുമല്ല, കാർത്തികപ്പള്ളി തഹസിൽദാർ.

അദ്ദേഹത്തിന് മറ്റൊരു ചിന്തയും ഇല്ലായിരുന്നു.

അതിനായി എല്ലാവഴിയും നോക്കിയെങ്കിലും പരാജയമായിരുന്നു ഫലം.

അതോടെ തിരുവിതാംകൂർ ദിവാനുതന്നെ നാണക്കേടുതോന്നിത്തുടങ്ങി. അദ്ദേഹം, കാർത്തികപ്പള്ളി തഹസിൽദാരോട് ഇനിയും കൊച്ചുണ്ണിയെ പിടിച്ചില്ലെങ്കിൽ തഹസിൽദാരെ പിരിച്ചുവിടും എന്നു മുന്നറിയിപ്പുകൊടുത്തു.

അതോടെ അയാൾക്കും മറ്റു വഴിയൊന്നുമില്ലെന്നായി. തന്റെ ജോലി സുരക്ഷിതമാക്കാനായി അയാൾ കൊച്ചുണ്ണിയെ ചതിപ്രയോഗത്തിൽ കൂടി തടവിലാക്കാൻ തീരുമാനിച്ചു. അതിനായി കൊച്ചുണ്ണിയോട് എതിർപ്പുണ്ടായിരുന്ന ചിലരെ വരുതിയിലാക്കി. അവർക്ക് നിരവധി സമ്മാനങ്ങളും പണവും നൽകി. ചിലരുടെ പേരിലുണ്ടായിരുന്ന കേസുകളൊക്കെയും ഇല്ലാതാക്കി സുരക്ഷിതമാക്കാമെന്ന് വാഗ്ദാനം ചെയ്തു.

കൊച്ചുണ്ണി ഇല്ലാതായാൽ മോഷണസംഘത്തിന്റെ തലവനാകാം എന്നായിരുന്നു പലരുടെയും പ്രതീക്ഷ. അതു കൊണ്ടു തന്നെ കൊച്ചുണ്ണിയെ ചതിച്ച് ജയിലിലാക്കാൻ തന്നെ അവർ തീരുമാനിച്ചു. തടവിലാക്കിയാൽ പിന്നെ, കൊച്ചുണ്ണിക്ക് ഒരിക്കലും പുറംലോകം കാണില്ലെന്നും ക്രൂരമായ മർദ്ദനമുറകളിലൂടെ കൊച്ചുണ്ണിയെ കൊന്നു തള്ളുമെന്ന് തഹസിൽദ്ദാറും അവർക്ക് ഉറപ്പു കൊടുത്തു. അങ്ങനെ ഒരു രാത്രി. മോഷണമുതൽ പങ്കുവെക്കാനായി ഒരു സുഹൃത്തിന്റെ വീട്ടിലേക്ക് കൊച്ചുണ്ണി എത്തി. എന്നത്തെയും പോലെ എല്ലാവരും ചേർന്നിരുന്നു ഭക്ഷണം കഴിച്ചു. ആ സമയത്ത് വിഷം കലർത്തിയ ഭക്ഷണം കഴിച്ച് കൊച്ചുണ്ണി കുഴഞ്ഞു വീണു.

ഉടൻ തന്നെ അവിടെയുണ്ടായിരുന്നവർ എല്ലാവരും ചേർന്ന് കൊച്ചുണ്ണിയെ വരിഞ്ഞുകെട്ടുകയും വിവരം തഹസിൽദാരെ അറിയിക്കുകയും ചെയ്തു. തഹസിൽദാർ ഒട്ടും സമയം പാഴാക്കാതെ പോലീസുകാരുമായി സ്ഥലത്ത് പാഞ്ഞെത്തി കൊച്ചുണ്ണിയെ വരിഞ്ഞു കെട്ടി കരുനാഗപ്പള്ളി ജയിലിലേക്ക് മാറ്റി. എന്നാൽ, എല്ലാവരെയും അമ്പരപ്പിച്ചു കൊണ്ടു നേരം പുലരും മുന്നേ കൊച്ചുണ്ണി

ജയിൽ ചാടി. തന്നെ ഒറ്റുകൊടുത്തവരെ തിരികെയെത്തി വധിച്ചാണ് കൊച്ചുണ്ണി പ്രതികാരം തീർത്തത്.

കൊച്ചുണ്ണി തടവുചാടിപ്പോയതിന്റെ പിറ്റേദിവസം കാർത്തികപ്പള്ളി താലൂക്കിൽ മുഴുവനും അടുത്ത പ്രദേശങ്ങളിലും ഒരു വലിയ ഭൂകമ്പം തന്നെയായിരുന്നു. തഹസിൽദാർ കൊച്ചുണ്ണിയെ അന്വേഷിച്ചു പിടിക്കുന്നതിനായി പോലീസുകാരെ വീണ്ടും നിയോഗിച്ചു. പോലീസുകാർ വളരെ ആളുകളെ സഹായത്തിനു കൂട്ടിക്കൊണ്ടു നാലുവഴിക്കും ഓട്ടവും അന്വേഷണവും തുടങ്ങി.

സകല ദിക്കിലും സകലജനങ്ങളുടെ ഇടയിലും കൊച്ചുണ്ണി തടവുചാടിയെന്നും ഇരട്ടക്കൊലപാതകം നടത്തിയെന്നുമുള്ള സംസാരം ഉയർന്നു. അങ്ങനെ രണ്ടുമൂന്നു ദിവസം കഴിഞ്ഞപ്പോൾ എല്ലാമൊന്നു ശമിച്ചുതുടങ്ങി.

പോലീസുകാരും മറ്റും കഴിയുന്ന അന്വേഷണമെല്ലാം നടത്തീട്ടും കൊച്ചുണ്ണിയുടെ പൊടിപോലും കണ്ടുപിടിക്കാൻ കഴിഞ്ഞില്ല. അതിനിടയ്ക്ക് കൊച്ചണ്ണി നാടുവിട്ടു പോയെന്നും ഒരു സംസാരം ചിലർ പറഞ്ഞുതുടങ്ങി.

പക്ഷേ, കൊച്ചുണ്ണിയും കൂട്ടുകാരുംകൂടി ദിവസംപ്രതി വീണ്ടും മോഷണം നടത്തിക്കൊണ്ടിരുന്നതിനാൽ അവൻ എങ്ങും പോയിട്ടില്ലെന്നുതന്നെയായിരുന്നു മിക്കവരുടെയും വിശ്വാസം.

വാസ്തവം അങ്ങനെതന്നെയായിരുന്നു.

൦൦

8

കൊച്ചുണ്ണിയുടെ അന്ത്യം

'അച്ഛമ്മേ, കൊച്ചുണ്ണി എങ്ങനെയാ മരിച്ചത്?', കുഞ്ഞാറ്റ നിഷ്കള ങ്കമായി ചോദിച്ചു.

'അതു മോളെ, കൊച്ചുണ്ണിയുടെ സംഘത്തിന്റെ അക്രമങ്ങളും കൊള്ളയും വീണ്ടും നാൾക്കുനാൾ വർദ്ധിച്ചതോടെ ഏതു വിധേ നയും അവരെ തടവിലാക്കാൻ ദിവാന്റെ കൽപ്പന വന്നു. പോലീ സുകാരുടെ അന്വേഷണവും മുറയ്ക്കു നടന്നുകൊണ്ടുതന്നെയിരു ന്നു. എന്തെല്ലാമായിട്ടും അവനെ പിടികൂടാൻ കഴിഞ്ഞില്ല.

കൊച്ചുണ്ണി കാര്യമായ മോഷണം അക്കാലത്ത് നടത്തിയില്ലെ ങ്കിൽ കൂടി അയാളുടെ പേര് പറഞ്ഞ് കൂട്ടുകാരുടെ ഉപദ്രവങ്ങൾ കൊണ്ടു യാത്രക്കാർക്ക് കരവഴിക്കും വള്ളംവഴിയും സഞ്ചിക്കാൻ നിവൃത്തിയില്ലാതെയായിത്തീർന്നു. ഇവർ എപ്പോൾ എവിടെ ഉണ്ടാ യിരിക്കുമെന്ന് ആർക്കും നിശ്ചയമില്ല. ചില ദിവസങ്ങളിൽ അവർ കായംകുളത്തിനു സമീപമുള്ള വഴികളിൽ കരയ്ക്കായിരിക്കും. ചി ല ദിവസങ്ങളിൽ ചില ഓടിവള്ളങ്ങളിൽ കയറി അവർ കായലിൽ സഞ്ചരിക്കുകയായിരിക്കും. അത് എന്നെല്ലാമെന്നും എപ്പോളെല്ലാ മെന്നും ആർക്കും നിശ്ചയമില്ലായിരുന്നു. എന്നാൽ മിക്കപ്പോഴും അവരുടെ ഉപദ്രവം രാത്രികാലങ്ങളിലായിരുന്നു.

കൊച്ചുണ്ണിക്കു കൂട്ടുകാർ പലരുമുണ്ടായിരുന്നു. എന്നാൽ അവരിൽ പ്രധാനന്മാർ കോപ്പാറപ്പറമ്പിൽ മമ്മത്, കടുവാച്ചേരി വാ വ, കോട്ടപ്പുറത്തു ബാപ്പുകുഞ്ഞ്, പക്കോലത്തു നൂറാമ്മത്, വലി യകുളങ്ങര കുഞ്ഞുമരയ്ക്കാർ, വാര്യവീട്ടു വടക്കേടത്തു കൊച്ചുപി ള്ള എന്നിവരായിരുന്നു. ഇവരെല്ലാം വലിയ അഭ്യാസികളും ശക്തന്മാ രുമായിരുന്നു. എന്നാൽ കോപ്പാറമ്പിൽ മമ്മത് സാധുക്കളെയും ഉപദ്രവിക്കുന്നവനും എന്തും ചെയ്വാൻ മടിയില്ലാത്തവനുമായിരു ന്നു. സാധുപീഡനം കൊച്ചുണ്ണിക്കു വലിയ വിരോധമായിരുന്നു. അതിനാൽ മമ്മതിനെ അവർ ഇടക്കാലത്ത് ഉപേക്ഷിച്ചു.

അക്കാലത്ത് കൊച്ചുണ്ണി പലദിവസങ്ങളിലും സ്വന്തം വീട്ടിലെത്തുമായിരുന്നു. ഒളിച്ചു നടന്ന ഈ കാലത്തിനിടയ്ക്കു മൂന്നുപുത്രന്മാരും ഒരു പുത്രിയും കൊച്ചുണ്ണിക്ക് ജനിച്ചു.

ഇങ്ങനെയുള്ള കൊച്ചുണ്ണി 1015-ാമാണ്ടുവരെയും അതിന്റെശേഷം 1033-ാമാണ്ടു വരെയും ആകെ 18 വർഷം പിടികിട്ടാപുള്ളിയായി ഒളിച്ചുനടന്നു. സർ ടി. മാധവരായരവർകൾ തിരുവിതാംകൂർ ദിവാനായി നിയമിക്കപ്പെട്ടതോടെയാണ് കൊച്ചുണ്ണിക്കു ഗ്രഹപ്പിഴ ആരംഭിക്കുന്നത്. മാധവരായർ ദിവാൻജിയായതിനു ശേഷം രാജ്യക്ഷേമത്തിനായി അനേകം പരിഷ്കാരങ്ങൾ ചെയ്യാൻ നിശ്ചയിച്ചു. അക്കൂട്ടത്തിൽ പ്രധാനമായ ഒരു കാര്യം കൊച്ചുണ്ണിയെ ജയിലിൽ അടയ്ക്കുക എന്നതായിരുന്നു.

ആയിടയ്ക്ക് ചങ്ങനാശ്ശേരിക്കടുത്തുള്ള വാഴപ്പള്ളിയിൽ പാപ്പാടിയിൽ കുഞ്ഞുപണിക്കർ കാർത്തികപ്പള്ളിയിൽ തഹശീൽദാരായി നിയമിതനായി.

കുഞ്ഞുപണിക്കർ തഹശീൽദാർ നല്ല സമർഥനും ബുദ്ധിമാനും കാര്യശേഷിയുള്ളവനുമായിരുന്നു. എങ്കിലും അദ്ദേഹം പല മാർഗ്ഗങ്ങൾ നോക്കിയിട്ടും കൊച്ചുണ്ണിയെ പിടികിട്ടിയില്ല.

ഒടുക്കം വീണ്ടും, ആദ്യം ചെയ്തതു പോലെ തന്നെ കൊച്ചുണ്ണിയുടെ ചില കൂട്ടുകാരെ സ്വാധീനപ്പെടുത്താൻ നിശ്ചയിച്ചു. പിന്നെ അതിനായി ചില അന്വേഷണങ്ങളും ശ്രമങ്ങളും. ആ അന്വേഷണത്തിൽ 'കോപ്പാറപ്പറമ്പിൽ മമ്മത്' അവരെ സഹായിക്കാമെന്നേറ്റു. അവനെ കൊച്ചുണ്ണി ഉപേക്ഷിച്ചിരുന്നതിനാൽ അയാൾക്ക് കൊച്ചുണ്ണിയോട് കാര്യമായ വിരോധമുണ്ടായിരുന്നു. അയാളുടെ പല ചെയ്തികളെയും കൊച്ചുണ്ണി എതിർക്കുകയും ചെയ്തു. ഉടനെ മമ്മതിനെ തഹസീൽദാർ തന്റെ അടുക്കൽ വരുത്തുകയും അവനെ സമ്മാനങ്ങൾ നൽകി സ്വാധീനിക്കുകയും ചെയ്തു. അവൻ മുഖാന്തരം കൊച്ചുണ്ണിയുടെ മറ്റുള്ള കൂട്ടുകാരെക്കൂടി വശത്താക്കി കൊച്ചുണ്ണിയെ അകപ്പെടുത്താനുള്ള കൗശലങ്ങൾ മെനഞ്ഞു.

ഒരു ദിവസം വൈകുന്നേരം കൊച്ചുണ്ണിയുടെ ഇഷ്ടനും പ്രധാനകൂട്ടുകാരിൽ ഒരാളുമായ വാര്യത്തു വടക്കേടത്തു കൊച്ചുപിള്ള എന്നയാൾ അയാളുടെ ഭാര്യാഗൃഹമായ അമ്പിയൽ വീട്ടിൽ കൊച്ചുണ്ണിയെ വിളിച്ചുകൊണ്ടുപോയി ചില ലഹരിയുള്ള പദാർഥങ്ങളും മറ്റും കൊടുത്ത് അവനെ ബോധരഹിതനാക്കി. കൊച്ചുണ്ണിക്ക് തലപൊക്കാൻ പറ്റാതെ മയങ്ങി ഒരു കട്ടിലിൽ കിടപ്പായി.

ആ സമയം മമ്മത്, നൂറമ്മത്, ബാപ്പുകുഞ്ഞ്, കുഞ്ഞുമരയ്ക്കാർ,

വാവാ, കൊച്ചുപിള്ള മുതലായവരും തഹസീൽദാർ അയച്ച കൊച്ചുപിള്ളയുംകൂടി വലിയ കയറുകളിട്ടു കൊച്ചുണ്ണിയെ കട്ടിലിലോടുകൂടി വരിഞ്ഞുകെട്ടി. കെട്ടു മുറുകിത്തുടങ്ങിയപ്പോൾ കൊച്ചുണ്ണി കണ്ണുതുറന്നു.

'കൊച്ചുപിള്ളക്കുഞ്ഞേ! നീയാണോ എന്നെ ചതിച്ചത്? എന്നെ ചതിച്ചവർക്കും എന്റെ അനുഭവം വരും. എന്തു ചെയ്യാം! എനിക്കു തല പൊങ്ങുന്നില്ല' എന്നു പറഞ്ഞു.

ആ കിടന്നകിടപ്പിൽ കൊച്ചുണ്ണി കയ്യിലുണ്ടായിരുന്ന 'കത്താൾ' എന്ന ആയുധംകൊണ്ട് ചിലരെയൊക്കെ വെട്ടുകയും കുത്തുകയും വലിയ മുറിവുകളേൽപിക്കുകയും ചെയ്തു. അപ്പോഴേയ്ക്കും കൈ പൊക്കാൻ പാടില്ലാത്തവിധം മറ്റുള്ളവർ കെട്ടുമുറുക്കി.

കൊച്ചുപിള്ള ആയുധം തട്ടിയെടുത്തു മാറ്റി.

അതോടെ കൂടുതൽ പോലീസുകാർ സ്ഥലത്തെത്തി. കൊച്ചുണ്ണിയെ കട്ടിലോടുകൂടിയെടുത്തു കാർത്തികപ്പള്ളി ജയിലിലാക്കി. പിറ്റേദിവസം രാവിലെ തഹസീൽദാർ കൊച്ചുണ്ണിയെ വിലങ്ങുവച്ച് അനേകം കുന്തക്കാർ, വാളേന്തിയ പോലീസുകാർ തുടങ്ങി അനേകമാളുകളെക്കൂട്ടി കൊച്ചുണ്ണിയെ തിരുവനന്തപുരത്തേക്ക് അയച്ചു. കൊച്ചുണ്ണിയെ തിരുവനന്തപുരത്ത് എത്തിച്ചത് അറിഞ്ഞയുടനെ ദിവാൻജി പ്രത്യേകം തടവിൽ സൂക്ഷിക്കാൻ ഏർപ്പാട് ചെയ്യുകയും അവന്റെ പേരിലുണ്ടായിരുന്ന കേസ്സുകളെല്ലാം പെട്ടെന്നു തന്നെ വിസ്തരിച്ചു വിധി കൽപിക്കുന്നതിനു ഏർപ്പാടും ചെയ്തു.

കൊച്ചുണ്ണിയെ പിടിക്കുന്നതിനു സഹായിച്ചവരിൽ പ്രധാനികളായ കൊച്ചുപിള്ള, കൊച്ചുകുഞ്ഞുപിള്ള, മമ്മത് എന്നിവരെ തഹസിൽദാർ സമ്മാനങ്ങൾ കൊടുത്തു സന്തോഷിപ്പിച്ചു. എന്നാൽ, അവരും കൊച്ചുണ്ണിയുടെ കൂട്ടുകാരും അവനെ ബന്ധിക്കാൻ കൂടിയവരുമായ കടുവാച്ചേരി വാവ, കോട്ടപ്പുറത്തു ബാപ്പുകുഞ്ഞ്, ചക്കോലത്തു നൂറാമ്മത്, വലിയകുളങ്ങര കുഞ്ഞുമരയ്ക്കാർ എന്നിവരും താമസിയാതെ ഓരോ കേസുകളിലകപ്പെട്ടു 14 വർഷം വീതം കഠിനതടവിനു വിധിക്കപ്പെട്ട് കൊച്ചുണ്ണിയുടെ അടുക്കൽത്തന്നെ ചെന്നു ചേർന്നു. അവരെ കണ്ടപ്പോൾ സന്തോഷത്തോടുകൂടി കൊച്ചുണ്ണി 'എന്താ കൂട്ടരെ! ഞാൻ പറഞ്ഞതുപോലെ പറ്റി, ഇല്ലേ' എന്നു ചോദിച്ചു. അപ്പോൾ അവർക്കൊന്നും മറുപടി പറയാൻ ഉണ്ടായിരുന്നില്ല.

കൊച്ചുണ്ണി തന്റെ പേരിലുള്ള കേസുകൾ വിസ്തരിച്ചു തീരുന്നതിനുമുമ്പ് ജയിലിൽ കിടന്നുതന്നെ 1034-ാമാണ്ടു കന്നിമാസത്തിൽ തന്റെ 41-ാമത്തെ വയസ്സിൽ മരിച്ചു. കൊച്ചുണ്ണിയെപിടികൂടി തിരു

വനന്തപുരത്തേക്കയച്ചത് 33-ാമാണ്ടു മിഥുനമാസത്തിലായിരുന്നു. അവന് ആകെ 91 ദിവസം മാത്രമേ തടവിൽകിടന്നു കഷ്ടപ്പെടേണ്ടി വന്നുള്ളൂ.'

'അച്ഛമ്മേ, കൊച്ചുണ്ണിയുടെ മക്കളൊക്കെ എന്തു ചെയ്തു?', കുഞ്ഞാറ്റയുടേതായിരുന്നു സംശയം.

'കുഞ്ഞാറ്റക്കുട്ടി, കൊച്ചുണ്ണിക്കു മൂന്നു പുത്രന്മാരും ഒരു പുത്രിയുമാണുണ്ടായിരുന്നതെന്നു മുമ്പു പറഞ്ഞല്ലോ. അവരിൽ ആദ്യത്തെ പുത്രൻ ഒരു ശിക്ഷയിലകപ്പെട്ടു ജയിലിൽക്കിടന്നു തന്നെ മരിച്ചു. രണ്ടാമത്തെ പുത്രനും ഒരു ശിക്ഷിലകപ്പെട്ടു ജയിലിലാക്കപ്പെട്ടുവെങ്കിലും അവൻ തടവുചാടി പൊയ്ക്കളഞ്ഞു. അവനെക്കുറിച്ച് പിന്നീട് ആർക്കും യാതൊരു അറിവുമുണ്ടായിരുന്നില്ല. മൂന്നാമത്തെ പുത്രൻ കച്ചവടംചെയ്ത് ഓച്ചിറയിലും, പുത്രി എരുവയിൽ ഭർത്താവിന്റെ വീട്ടിലും ഏറെക്കാലം താമസിച്ചു. ഇത്രയുമൊക്കെയാണ് അച്ഛമ്മയ്ക്ക് അറിയാവുന്ന കായംകുളം കൊച്ചുണ്ണിയുടെ ജീവിത കഥ, കുട്ടിക്ക് ഇഷ്ടായല്ലോ, അല്ലേ.'

'അച്ഛമ്മേ, കൊച്ചുണ്ണിയുടെ ഒരു കഥ കൂടി പറയാമോ?', കുഞ്ഞാറ്റ വാശിപിടിക്കുന്നതു പോലെ കെഞ്ചി.

'കുഞ്ഞാറ്റേ, ഇത്രയൊക്കെ അച്ഛമ്മയ്ക്ക് അറിയൂ. ഒരു കഥകൂടി പറയാം, ഇനി നിർബന്ധിക്കല്ലേ. കുഞ്ഞാറ്റ വലിയ കുട്ടിയാവുമ്പോൾ ഈ കഥകളൊക്കെയും പുസ്തകത്തിൽ നിന്നും വായിക്കാമല്ലോ.'

'ഇപ്പോ, കേൾക്കാനല്ലേ അച്ഛമ്മേ, ഒരു കഥ കൂടി പറയൂ...', കുഞ്ഞാറ്റ പിന്നെയും പറഞ്ഞു.

'ശരി. ഒരിക്കൽ കൊച്ചുണ്ണി ചെലവിനൊന്നുമില്ലാതെ ബുദ്ധിമുട്ടുന്ന കാലത്ത് കായംകുളത്തു ധനവാനായ ഒരു നായരുടെ അടുക്കൽ ചെന്നു നൂറു പറ നെല്ലു തരാമെന്നു ചോദിച്ചു. അക്കാലത്ത് പട്ടിണി കൊണ്ടു കഷ്ടപ്പെടുന്ന സമയമാണ്. ഒരുപാട് പേര് കൊച്ചുണ്ണിയുടെ അടുത്തുവന്ന് സഹായിക്കണമെന്നു പറയുന്നുമുണ്ട്. അങ്ങനെയാണ് ഈ നായരുടെ അടുത്ത് കൊച്ചുണ്ണി ചെല്ലുന്നത്. കൊച്ചുണ്ണി നെല്ലു ചോദിച്ചപ്പോൾ നായർ 'പണംകൊണ്ടുവന്നിട്ടുണ്ടോ' എന്നു തിരികെ ചോദിച്ചു.

'പണം തൽക്കാലം കൈവശമില്ല' എന്നു കൊച്ചുണ്ണി മറുപടി പറഞ്ഞു.

ഇവിടെ നെല്ലുള്ളതു വിൽക്കാനാണ് ഇട്ടിരിക്കുന്നത്. വെറുതെ വല്ലവർക്കും വാരിക്കൊടുക്കാനല്ല. പണമോ അതില്ലെങ്കിൽ പണയമോ കൊണ്ടുവന്നാൽ നെല്ലുതരാം. അല്ലാതെ ഒരു തരി നെല്ലു

പോലും തത്ക്കാലം തരാൻ നിവൃത്തിയില്ല. എന്നു നായരും അറി യിച്ചു. അതു കൊച്ചുണ്ണിക്ക് വലിയ ക്ഷീണമായി. കൊച്ചുണ്ണി നിരാ ശയോടെ അവിടെ നിന്നും ഇറങ്ങിപ്പോയി.

നാലഞ്ചു ദിവസം കഴിഞ്ഞതിനുശേഷം കൊച്ചുണ്ണി ഒരു ദിവസം രാത്രിയിൽ തന്റെ കൂട്ടുകാരിൽ ചിലരോടുകൂടി ആ നായരുടെ വീട്ടിലെത്തി.

നായർക്കു രണ്ടു സഹോദരിമാരുണ്ടായിരുന്നു.

അവരെ രണ്ടുപേരെയും കല്യാണം കഴിച്ച് ദൂരെ ദിക്കിൽ അയ ച്ചിരുന്നു. വീട്ടിലാവട്ടെ, അയാളും ഭാര്യയും മക്കളും മാത്രമാണു ണ്ടായിരുന്നത്. വലിയ ഉഷ്ണകാലമായിരുന്നു അത്.

മേടമാസത്തെ കടുത്ത ചൂടിൽനിന്നും ആശ്വാസം കിട്ടാനായി രാത്രികാലങ്ങളിൽ നായരും ഭാര്യയും പുറത്തു പൂമുഖത്താണ് പതി വായി കിടന്നിരുന്നത്. കൊച്ചുണ്ണിക്കു നെല്ലു കൊടുക്കാതെയിരു ന്നതിനാൽ അവൻ മുഷിഞ്ഞാണ് പോയിരിക്കുന്നതെന്നും അവൻ എന്നെങ്കിലും കൊള്ളയ്ക്കു വരാതിരിക്കയില്ലെന്നുമുള്ള വിചാരം നായർക്കു നല്ലപോലെയുണ്ടായിരുന്നു. അതു കൊണ്ടു തന്നെ അയാളും കരുതിയിരുന്നു. അത്താഴം കഴിഞ്ഞാൽ ഭാര്യയുടെയും കുട്ടികളുടെയും ആഭരങ്ങളെല്ലാം നായർ അഴിച്ചുവാങ്ങി അറയ് ക്കകത്തു പെട്ടിയിൽ വെച്ചു പൂട്ടും.

എന്നിട്ടാണ് അയാൾ കിടന്നുറങ്ങുക പതിവ്. കൂടുതൽ സംര ക്ഷണത്തിനായി പടിപ്പുരച്ചാവടിയിലും മാടത്തിലും മറ്റുമായി അയാൾ അഞ്ചെട്ടുപേരെ കാവലിനും കിടത്തി. കൊച്ചുണ്ണി കൊ ള്ളയ്ക്കായി എവിടെച്ചെന്നാലും പുരയ്ക്കകത്തു കടക്കുക പതിവി ല്ല. കൂട്ടുകാരെ അകത്തു കടത്തിയതിനു ശേഷം പുറത്തു നിൽക്കു കയാണു പതിവ്. അങ്ങനെ കൊച്ചുണ്ണിയും കൂട്ടുകാരും നായരുടെ വീട്ടിലെത്തി. പുരയുടെ പിന്നിലുള്ള ഭിത്തി കുത്തിപ്പൊളിച്ച് കൂട്ടു കാർ അകത്തു കടന്നു.

കള്ളത്താക്കോലിട്ട് അറ തുറന്ന് പൊൻപണ്ടങ്ങളും പവനും രൂപയും ചക്രവുമെല്ലാം എടുത്തുതുടങ്ങി. കൊച്ചുണ്ണി ആയുധവു മേന്തി പുറത്തു നിന്നു. അകത്തുകടന്നവർ ഓരോന്നു തപ്പിയെടു ത്തു നടന്നപ്പോൾ അടുക്കിവച്ചിരുന്ന ഓട്ടുപാത്രങ്ങളിന്മേൽ അവരി ലൊരാളുടെ കാൽ തട്ടി എല്ലാംകൂടി ഉരുണ്ടുവീണു വലിയ ശബ് ദമുണ്ടായി. അതുകേട്ടു നായരുണർന്നു.

അപ്പോഴേക്കും കാവൽക്കാരുമെല്ലാം ഓടിയെത്തി. ഉടനെ എല്ലാ വരുംകൂടി പുരയ്ക്കകത്തേക്ക്കടന്നു. കൂട്ടുകാരെ പിടികൂടിപ്പോകു

മെന്നുതന്നെ കൊച്ചുണ്ണി തീർച്ചപ്പെടുത്തി. പുര തുറക്കുന്ന ശബ്ദം കേട്ട് കൂട്ടുകാർ പുരയുടെ ഒരു മൂലയിൽ പതുങ്ങിയൊതുങ്ങിയിരുന്നതിനാൽ നായർക്കും മറ്റും പെട്ടെന്നവരെ കണ്ടുപിടിക്കാൻ കഴിഞ്ഞില്ല. എല്ലാവരും പുരയ്ക്കകത്തായി എന്നറിഞ്ഞപ്പോൾ കൊച്ചുണ്ണി പെട്ടെന്നോടിച്ചെന്ന് പൂമുഖത്തു കിടന്നുറങ്ങുകയായിരുന്ന കുട്ടികളെയെടുത്ത് കിഴക്കുവശത്തുണ്ടായിരുന്ന വയലിലേക്കെറിഞ്ഞു.

കുട്ടികൾ അവിടെ കിടന്നു നിലവിളികൂട്ടി.

നായരും ഭാര്യയും അതുകേട്ട് 'അയ്യോ! കുഞ്ഞുങ്ങൾ' എന്നു പറഞ്ഞു നിലവിളിച്ചുകൊണ്ടു പാടത്തേക്കോടി. വിളക്കുമായി ഭൃത്യന്മാരും പിന്നാലെയോടി. സർവസ്വവും പോയാലും കുട്ടികളുടെ ജീവൻ കിട്ടിയാൽ മതിയെന്നുള്ള വിചാരമേ അവർക്കപ്പോഴുണ്ടായുള്ളു. കിട്ടിയ തക്കത്തിന് കൊച്ചുണ്ണി കൂട്ടുകാരുമായി പമ്പകടന്നു. നായർ കുട്ടികളെ എടുത്തുകൊണ്ടുവന്നു നോക്കിയപ്പോൾ അവർക്കു വലിയ പരിക്കൊന്നും പറ്റിയിരുന്നില്ല. കൊച്ചുണ്ണി അപ്പോൾ ആ വിദ്യ പ്രയോഗിച്ചില്ലെങ്കിൽ കൂട്ടുകാരെല്ലാം അകപ്പെട്ടുപോകുമായിരുന്നുവെന്നതു തീർച്ചയാണല്ലോ.

കൊച്ചുണ്ണിനിമിത്തം ദാരിദ്ര്യം തീർന്നവരായ പല കുടുംബക്കാർ കായംകുളം, കാർത്തികപ്പള്ളി, കീരിക്കാട്, മുതുകുളം മുതലായ സ്ഥലങ്ങളിൽ ഇപ്പോഴും നല്ല സ്ഥിതിയിൽത്തന്നെയുണ്ട്. അവർക്ക് കൊച്ചുണ്ണിയെക്കുറിച്ചുള്ള നന്ദി, ഇന്നും അവരുടെ മനസ്സിൽനിന്നു മാഞ്ഞുപോയിട്ടുമില്ല. ഒറ്റുകൊടുക്കപ്പെടാതിരുന്നെങ്കിൽ കൊച്ചുണ്ണി ഒരിക്കലും ജയിലിൽ എത്തപ്പെടുമായിരുന്നില്ല. എന്തുകൊണ്ടാണ് ജനങ്ങൾ ഒരു കള്ളനെ ഇനിയും മറക്കാത്തത് എന്നുചോദിച്ചാൽ, കൊച്ചുണ്ണി മനസ്സിൽ നന്മയുള്ള ഒരു മനുഷ്യനായിരുന്നു എന്നതാണ് ഉത്തരം. നൂറ് നൂറ് അനാചാരങ്ങൾ കൊടികുത്തി വാഴുമ്പോഴും മനുഷ്യത്വം മാത്രമായിരുന്നു കൊച്ചുണ്ണി നീതി നടപ്പാക്കുമ്പോൾ കൈമുതലാക്കിയത്.

അതൊക്കെക്കൊണ്ടുതന്നെ നന്മനിറഞ്ഞ ഒരു കള്ളനായി കായംകുളം കൊച്ചുണ്ണിയുടെ കഥ തലമുറകൾ കൈമാറി ഇന്നും പ്രചരിക്കുന്നു.' കഥ കേട്ട് കുഞ്ഞാറ്റ ഉറങ്ങിയിരുന്നു.

ദീർഘനിശ്വാസത്തോടെ അച്ഛമ്മയും പതുക്കെ എഴുന്നേറ്റു.

○○

www.ingramcontent.com/pod-product-compliance
Lightning Source LLC
LaVergne TN
LVHW040831051026
849519LV00007BB/2811